அம்பு பாட்டி

இவள் எய்துவது அன்பை

கார்த்திகேயன் தனபால்

உதவி - ஜோதிலட்சுமி

என் பெற்றோருக்கு முதற்கண் நன்றிகள். குடும்பத்தினர், நண்பர்கள் மற்றும் வழிகாட்டிகளுக்கு நன்றி.

என் மனைவி மற்றும் குழந்தைகளின் அன்பிற்கும் அவர்களின் ஆதரவிற்கும் நன்றி.

- **கார்த்திக்**

உரிமை துறப்பு

இந்த கதை யதார்த்த சம்பவங்கள், உண்மையான நிகழ்வுகளை அடிப்படையாக கொண்டு எழுதப்பட்டிருப்பினும், அவை உண்மையான நிகழ்வுகளின் பிரதி அல்ல.

அனைத்து பெயர்களும், கதாபாத்திரங்களும், கதையோட்டமும், கற்பனையானது. வாழும் அல்லது இறந்த ஒரு நபருடன் ஏதேனும் ஒற்றுமை இருப்பின் அது முற்றிலும் தற்செயலானது.

எந்த ஒரு சமூகத்தையோ/மதத்தையோ தவறாக சித்தரிப்பதோ அல்லது எந்த ஒரு சமூகத்தின்/மதத்தின் உணர்வுகளை புண்படுத்துவதோ நோக்கமல்ல.

முன்னுரை

பேரன்பு ஒன்றே போதும், தகர்க்க முடியாத பாறையையும் கரைத்துவிடும் என்பதை நன்கு எழுதப்பட்ட நாவலான 'அம்பு பாட்டி' உணர்வு பூர்வமாக சொல்கிறது. நாவலின் நாயகி, அம்பு பாட்டி என்ற காமாட்சி, தனது மிகவும் கடினமான காலங்களில் கூட அன்பை மட்டுமே வெளிப்படுத்துகிறார். வீரவேலு, பிரபாகர், போஸ், செல்வி, வேலு போன்ற சிலரை வைத்து நாவல் நகர்கிறது.

காமாட்சியின் கதையைச் சொல்ல சுமார் 60 ஆண்டுகளுக்கும் மேலான சில சம்பவங்களை நூலாசிரியர் பின்னிவிட்டார். இந்த வித்தியாசமான கூட்டு-சேர்க்கை நிகழ்வுகள் ஒரு தனிப் பெண்ணின் வாழ்க்கையில் தாக்கத்தை ஏற்படுத்துவது என்பதை இந்த நல்ல கதையோட்டத்துக்காக ஏற்றுக்கொள்ளலாம்.

கீழ்வெண்மணி சோகம் மற்றும் இந்திய-பாகிஸ்தான் போரை ஆசிரியர் விரிவாக

விவரிக்கிறார், இதை எழுதுவதற்கு அவர் தேவையான அளவு ஆராய்ச்சி செய்துள்ளார் என தெரிகிறது. PT-76 டேங்க், எதிரிகளை பலவீனப்படுத்த இந்திய ராணுவத்தின் போர் தந்திரம், மேகனா நதியைக் கடக்கும் வியூகம் பற்றிய விவரங்கள் அற்புதமானவை. இதற்காக ஆசிரியருக்கு சிறப்புப் பாராட்டுகள்.

நாவலில் எழுதப்பட்ட 1971 இன் சில முக்கிய நிகழ்வுகள் கதைக்களத்திற்கு நேரடியாக பங்காளிக்கத போதும், வாசிக்க நன்றாகவே இருந்தது. நாவலில் நம்மாழ்வாருடன் வீரவேலுவின் சிறு சந்திப்பு பற்றிய விவரம் நாவலில் தேவையில்லாமல் புகுத்தப்பட்டிருப்பது போல் தோன்றுவதால் தவிர்த்திருக்கலாம்.

கிராம மக்கள், குறிப்பாக டீக்கடை உரிமையாளர் மற்றும் காமாட்சியைச் சுற்றியுள்ள ஊர்க்காரர்களின் இனிமையான நடத்தையில் பிரபாகரனின் முதல் வருகையிலும் பின்னர் வங்கியின் பிஆர்ஓ வந்த குறுகிய காலத்திற்குள் ஏற்பட்ட மாற்றம் ஆச்சரியமளிக்கிறது.

இந்த நாவல் தெளிவான மொழியில் இனமான முறையில் எழுதப்பட்டுள்ளது. எந்த வாசகரும் நாவலை ஒரே மூச்சில் பிடித்துவிடலாம்.

- **Dr S. கணேசன்**

அத்தியாயங்கள்

குப்பேபாளையம் தங்களை அன்புடன் வரவேற்கிறது

கோயம்புத்தூரிலிருந்து, வடக்கே, கிட்ட தட்ட 30 கிலோ மீட்டர் தொலைவில், அடர்ந்த சோளவயல்கள் இரு பக்கமும், எதிரே உயர்ந்த மலையும் பார்க்க மிகவும் ரம்யமான காட்சியாக இருந்தது. சீரான வேகத்தில் பிரபாகரன் காரை ஓடிக்கொண்டு இருந்தார்.

சோளவயல்களை பார்த்ததும் தான் வளர்ந்த ஊரில் இருக்கும் நெல் வயல்கள் ஞாபகம் வந்தது அவருக்கு. "ஏன் இந்தப்பகுதியில் நெல் வயல்கள் காணக்கிடைப்பதில்லை? காவிரி போன்ற ஒரு நதி இங்கு இல்லை போலும்!" உதித்த கேள்விக்கு தானே பதிலும் சொன்னார் பிரபாகரன்.

திருச்சியிலிருந்து நீள கடலைப்போன்று இருக்கும் அகண்ட காவிரியின் நினைவுகள் பொங்கி வந்தன, திருச்சி மலைக்கோட்டை சுவாமி மண்டபத்தில் படித்த ஒரு பாடல் ஞாபகத்திற்கு வந்தது அவருக்கு.

ஓடி வரும் காவிரியை பார்த்தபடியே இருந்த சிவபெருமானை பார்த்த பார்வதி தேவி, "கவனம் சுவாமி, காவிரி சோழ மன்னனுக்கு உரியவள்" என்று சொல்வதாக இருக்கும் அந்தப்பாடல்.

கார் செல்லும் வழியில், ஒரு இளநீர் கடை இருந்தது. வண்டியை நிறுத்தி, கீழே இறங்கினார் பிரபாகரன். இளநீர் வெட்டிக்கொண்டிருப்பவரிடம், "ஒரு இளநீர் குடுப்பா" என்று சொல்லிவிட்டு தன் கைபேசியை எடுத்து கட்டை விரல் ரேகையை வைத்தார், உடனே கைபேசி பயன்பாட்டுக்கு வந்தது. அதற்குள் இளநீரை சீவி பிரபாகரன் கையில்கொடுத்தார் கடைக்காரர்.

"எவளோ பா இளநீர்?" என்று கேட்டபடி சில துளி இளநீரை உறிஞ்சினார் பிரபாகரன்.
"இருபத்தஞ்சு ரூபாங்க" என்றார் கடைக்காரர்
"என்ன பா ஜாஸ்தியா சொல்லுற" என பிரபாகரன் சொல்ல, கடைக்காரர் பிரபாகரனின் போனை பார்த்தபடி "என்னங்க! கை ரேகையை வெளிநாட்டுக்காரன் கிட்ட நம்பி குடுக்குறீங்க... ஆனா கஷ்டப்பட்ட உழைப்புக்கு சரியான கூலி

குடுக்க யோசிக்கிறீங்களே!!" என தன் கருத்தை முன்வைத்தார் கடைக்காரர்.

இதை பிரபாகரன் சற்றும் எதிர் பார்க்கவில்லை.

பிரபாகரன் மறு கேள்வி இல்லாமல், இருபத்து ஐந்து ரூபாயை கடைக்காரரிடம் கொடுத்தார், இரு காரணங்களுக்காக;

1 . இளநீர் சுவைக்கு இருபத்து ஐந்து அல்ல அதற்கு மேலும் கொடுக்கலாம்

2 . கடைக்காரர் சொன்னதில் உண்மையும் இருக்கவே செய்தது.

இளநீர் சுவையும், கடைக்காரரின் சொற்களும் அடுத்த சில மைல் தூரம் பிரபாகரனின் சிந்தனையை ஆக்கிரமித்தது

ஆளில்லா ரோட்டில் தன் முன் மூன்றாக பிரியும் ரோட்டில் எந்த பிரிவை தேர்ந்தெடுப்பது என்று தெரியாமல் காரில் அமர்ந்திருந்தார் பிரபாகரன்

“சே! மறுபடியும் மேப் சொதப்புதே..!”., கார் டாஷ்போர்டில் பொருத்தப்பட்டிருந்த போனினை பார்த்து சலித்துக்கொண்டார் பிரபாகரன். செய்வதறியாது காரிலேயே

அமர்ந்திருந்த பிரபாகரன், கண் கொள்ளும் மட்டும் எதிரே பார்த்தார், தூரத்தில் சைக்கிள் ஒன்றில் ஆணும் பெண்ணும் வருவதை கண்டார்.

30 வயது மிக்க ஆண் சைக்கிள் மிதிக்க, வயதுமுதிர்ந்த பெண் பின் அமர்ந்து இருந்தார். சைக்கிள், கார் அருகில் வந்தவனுடன், கதவின் கண்ணாடியை கீழ் இறக்கி "ஹலோ" என்று அந்த ஆணை அழைத்தார் பிரபாகரன்
சைக்கிளை சட்டென்று நிறுத்திய அந்த நபர் "ஏனுங்க?" என்று வினவினார்.
"குப்பேபாளையம் எப்படிப்பா போறது? என்னோட போன்ல மேப் வேலை செய்யல.!" திசை கேட்டார் பிரபாகரன்

"அது ஒண்ணுங்கஸ்ட்டமில்லீங்க, மூணாவது பிரிவுல போங்க அப்புறமா ஒரு பிரிவு வரும் அதுல இருந்து 2 கிலோ மீட்டர்ல குப்பேபாளையம் வந்திருமுங்க" அந்த நபர் வழி சொன்னார்

பின்னமர்ந்திருந்த பெண் "பாத்து பதனமா போங் சாமி, வழியால நெம்ப முள்ளெல்லாம்

இருக்கும். பஞ்சர் கிஞ்சர் ஆகிறபோகுது" எச்சரித்தார் வயதான பெண்.

“தேங்க்ஸ்” பிரபாகரன் நன்றி தெரிவித்தார்
"இதுக்கு என்னதுக்குங்க டேங்ஸ்" என்று கூறியபடி பெடலின் மீது கால் வைத்தார் அந்த நபர்.
"அட வெடுக்குனு போ, நேரமாகுது" சைக்கிள் மிதிக்கும் ஆணிடம் சொன்னார் வயதான பெண்.

“ஒருத்தர் கிட்ட பேசுறதுக்கே யோசிக்கிற இந்த காலத்துல, தேங்க்ஸ் கூட எதிர்பார்க்காத மனுஷங்க இருக்குறது இங்கதான்” என்று சொன்னபடி கதவின் கண்ணாடியை மேலேற்றினார். சமீபத்தில் தொலைக்காட்சியில் 'கலாச்சாரம் உயிர்த்திருப்பது கிராமங்களிலா நகரங்களிலா?' என்ற தலைப்பில் பார்த்த பட்டிமன்றம் அவருக்கு ஞாபகம் வந்தது. நடுவரின் 'கிராமங்களே' என்ற தீர்ப்பை ஆமோதிப்பது போல் தலையை மேலும் கீழும் ஆட்டி அக்ஸிலரேட்டரை மிதித்தார் பிரபாகரன்.

ஒரு கிலோமீட்டர் தூரம் கடந்தபிறகு மீண்டும் இரு பிரிவுகள், குப்பேபாளையம் என்று எழுதிய பலகை இருந்தது ஆனால் அம்புக்குறி உடைந்து தரையை பார்த்து தொங்கிக்கொண்டிருந்தது. இந்த முறை காத்திருக்க வேண்டிய அவசியம் இல்லை அவருக்கு. அங்கே பம்பரம் விளையாடிக்கொண்டிருந்த சிறுவர்களிடம் வழி கேட்டார்.

அந்த சிறுவன் தூரத்தில் எதையோ பார்ப்பது போல் இருந்தது. பதில் சொல்லாமல் எங்கோ பார்க்கிறான் இந்த சிறுவன் என்று நினைத்தார் பிரபாகரன்.

"சார், பின்னாடி 22 ஆ நம்பர் காட்டம்பட்டி பஸ் வருது. அது பின்னாலயே போங், குப்பேபாளையம் ஊர தாண்டி தான் பஸ் போகும்" எளிதாக முடித்துவிட்டான் அந்த சிறுவன்.

"மச் பெட்டர். தேங்க்ஸ் கண்ணா" என்று சொல்லும்போதே பஸ் அவரை ஓவெர்டேக் செய்தது. 22 ஆ நம்பர் பேருந்தை

பின்தொடர்ந்தார் பிரபாகரன். அடுத்த பத்து நிமிடங்களில் "குப்பேபாளையம் தங்களை அன்புடன் வரவேற்கிறது" பலகையை பார்த்தார். நிம்மதி... அடுத்த பஸ் நிறுத்தம் நிச்சயமாக குப்பேபாளையமாகத்தான் இருக்கும் என்று புரிந்துகொண்டார். பஸ் நின்றது, வழக்கமான கிராமத்து காட்சி. சுத்தமான சாலை, பெரிய அகலமான வாசல், திண்ணை கொண்ட ஓட்டு வீடுகள், சாணி மொழுகிய பசுந்தரை. ஆலமரத்தின் அடியில் ஒரு டீ கடை இருந்தது. பெரிய கடைதான், 35 வயதுமிக்க ஆணும் அவரது மனைவியும் தான் முதலாளிகள் போலும். சுறுசுறுப்பாக வியாபாரம் நடந்து கொண்டிருக்க, வெகுதூரம் கார் ஒட்டிய களைப்பை போக்க ஒரு டீ அருந்த முடிவுசெய்தார் பிரபாகரன்

காரை கடையின் அருகில் நிறுத்திவிட்டு, அந்த டீ கடை பெஞ்சை நோக்கி சென்றார். நேரான பார்வை, மிடுக்கான தோற்றம், ஆரோக்கியமான தேகம், நரைத்த தலை இது தான் பிரபாகரன்.

அங்கே சண்டை அல்ல ஆனால் ஏதோ விவாதம் நடந்துகொண்டிருந்தது.

குடிநீருக்காக பைப்பை போடத்தான் அந்த கூட்டமும் விவாதமும். வேறொன்றும் இல்லை, நீர் போகும் வழி வளைவானது, குழாய் நேரானது!! எப்படி வேலை முடியும்? ஆளுக்கு ஒரு வழியைச்சொல்ல எதுவுமே பயனளிக்கவில்லை. பிறகு, அப்பக்கமாக வந்த பதினைந்து வயது தோற்றம் கொண்ட சிறுவன் வந்தான்.

"அண்ணா என்ன பிரச்னை?" வினவினான்.

"பிவிசி பைப்-அ வளைச்சு கொண்டுபோகணும் எப்படினு தெரியல" அங்கே நின்றிருத்தவர்களில் ஒருவர் சொன்னார்.

அந்த சிறுவன், அதே ஊரில் உள்ள அரசுப்பள்ளியில் ஒன்பதாம் வகுப்பு படிக்கிறான்.

அந்த சிறுவன் நேரே டீ கடைக்கு சென்றான், "அண்ணா பாய்லர் ல தண்ணி எவ்வளவு நேரமா கொதிக்குது?" கடைக்காரரை பார்த்து கேட்டான்,

"அது ஆச்சு மூணு மணிநேரம், ஏன் தம்பி கேக்குற?" என்றார் கடைக்காரர்.

கடையினுள் சென்றான் அந்த சிறுவன், எரியூட்டை அதிகரித்தான் சில நிமிடங்களில் நீர் கொதிக்கும் சத்தம் ஆறு அடி தூரம் வரை கேட்டது.
"தம்பி என்னடா பண்ற?" கடைக்காரர் ஒன்றும் புரியாமல் கேட்டார்
"இருங்ணா ஒரு நிமிசத்துல அவங்க பிரச்னைய முடிக்கிறேன்" என்றான் அந்த சிறுவன்.

அடுத்த நிமிடத்தில் நன்றாக கொதித்த அந்த நீரை ஒரு வாளியில் எடுத்துச்சென்று, நண்பர்கள் உதவியுடன் அந்த நான்கு அடி பிவிசி பைப்பை லேசாக வளைத்து கொதிக்கும் தண்ணீரை அதில் ஊற்றினான். உஷ்ணம் தாங்காமல் பிவிசி வளைய ஆரம்பித்தது. தேவையான வளைவை உண்டாக்கி, இருமுனைகளையும் கயிற்றால் கட்டி, மூன்று நிமிடங்கள் கழித்து பச்சை தண்ணீரை அதன் மேல் ஊற்றினான் சிறுவன். அடுத்த சில நொடிகளில் பிவிசி வளைந்து விட்டது!!

வேலை சுலபமாக முடிந்துவிட்டது. சிறுவன் "அண்ணா டேக் இட் ஈசி" என்று சொன்னவாறு தன் நண்பர்களுடன் சென்றுவிட்டான்.

பிரபாகரன் அந்த சிறுவனை வியந்து பார்த்தார்.

"அப்துல் கலாம் கூட கிராமத்தில் இருந்து வந்தவர் தானே" அந்த சிறுவனை குறிப்பிட்டார் பிரபாகரன்.
அருகில் இருந்த நபர் "சரியா சொன்னீங்க. தட்டி கொடுத்தா போதும் ஆயிரம் கலாமை நாம உருவாக்கலாம். ஆனா நாம தான் அதை செய்ய தவறிடுறோம்" ஆதங்கப்பட்டுக்கொண்டார். பிரபாகரனுக்கு அந்த நபர் சொன்னதின் அர்த்தமும் ஆழமும் புரிந்தது.

டீ கடைக்காரரிடம் " ஒரு ஸ்டராங் டீ போடுங்க" சொன்னார் பிரபாகரன்.
கடைக்காரர் பிரபாகரனின் நரைத்த தலை பார்த்தார், "ஏனுங்க சக்கரையோடவா இல்லாமையா?" கேட்டார்.
"சுகர் போடுங்க" சிரித்துக்கொண்டே சொன்னார் பிரபாகரன்.

டீ போட்டுக்கொண்டே "ஏனுங்க, எந்த ஊரிலிருந்து வாறீங்க? யாரை பாக்கணும்?" என்று விசாரித்தார் கடைக்காரர். வரிசையான, வழக்கமான கேள்விகள்.

புதிதாய் ஒருவரை பார்த்ததும் ஜாக்கிரதையாய் விசாரித்தது பிரபாகரனுக்கு பிடித்திருந்தது, அதிலும் மரியாதையை விசாரித்தது அந்த ஊர் மக்களின் மேல் நன்மதிப்பை ஏற்படுத்தியது.
"சொந்த ஊரு திருச்சி, ஆனா சென்னை-ல செட்டில் ஆகிட்டேன். இந்த ஊருல, காமாட்சி-னு ஒரு லேடியை பாக்க வந்திருக்கேன்" பதில் அளித்தார் பிரபாகரன்.

டீயை கொண்டுவந்து கொடுத்துவிட்டு "காமாட்சியா? என்னங்க வயசு?" கேட்டறிந்தார் கடைக்காரர்.
"அவங்களுக்கு ஒரு 70 வயசு இருக்கும்" சொன்னார் பிரபாகரன்.
"அப்படி யாரும் இந்த ஊருல இல்லீங்க! அவங்க ஊட்டுக்காரர் பேர் என்னங்க??" குழப்பத்துடன் கேட்டார் கடைக்காரர்.
"'வீரவேலு'அவங்க வீட்டுக்காரர் பேர், ஆனா அவரு செத்து 50 வருஷமாச்சு! ஒரு 45

வருஷத்துக்கு முன்னாலதான் அந்த லேடி இந்த ஊருக்கு அவங்க குழந்தையோட வந்திருக்காங்க" விவரித்தார் பிரபாகரன்.

"எனக்கே 42 வயசுதான் ஆகுதுங்க. நீங்க ஊர் பெரியவர் கிட்ட போய் கேளுங்க, நான் சின்ன புள்ளையா இருந்தப்போ அவரு தான் நாட்டாமை, ஒருவேளை அவருக்கு தெரிஞ்சிருக்கும்" சொல்லிவிட்டு காமாட்சி யாராக இருக்கும் என்று யோசித்துக்கொண்டே கடைக்காரர் அடுத்த டீயை ஆரம்பித்தார்.

"அவரு வீடு எங்கேங்க இருக்கு?" பிரபாகரன் கேட்டார்.

"இதே ரோட்டுல கொஞ்ச தூரம் போனீங்கன்னா வலது பக்கம் தெக்க பார்த்த மஞ்ச பெயிண்ட் வீடுங்க" என்றார் கடைக்காரர்.

"தேங்க்ஸ்" என்று சொல்லிவிட்டு, குடித்து முடித்த டீ கிளாஸை கீழே வைத்துவிட்டு, 10 ரூபாய் நோட்டை கடைக்காரரிடம் கொடுத்துவிட்டு காரை நோக்கி சென்றார் பிரபாகரன்.

சில்லென்று வீசிய காற்று அவருக்கு பிடித்துப்போகவே காரை அங்கேயே விட்டுவிட்டு நடையை தேர்ந்தெடுத்தார் பிரபாகரன். ஐந்து நிமிடம்தான், எதிரே ஒரு அய்யனார் கோவிலும் வலதுபுறம் மஞ்சள் பெயிண்ட் அடித்த வீடும் தென்பட்டது. சொல்லப்போனால் அது வீடல்ல; கேரள பாணியில் பெரிய வாசலையும் மரத்தூண்களையும் வைத்து கட்டிய பெரிய பங்களா, பழைய மோஸ்தர் ஆனாலும் பழுது இல்லாமல் பராமரிக்கிறார்கள் போலும்.

காம்பவுண்ட் கேட்டை திறந்து உள்ளே நுழைந்தார் பிரபாகர். உள்ள நுழைந்த இரண்டு நொடிகளில் "ஆருங்க அது?" என்ற சத்தம் கேட்டது.
தன் இடது புறமிருந்து சத்தம் வருவதை அறிந்து, திரும்பி பார்த்தார், அங்கே ஒருவர் இளநீர் வெட்டி கொண்டிருப்பவர் "எண்ணாங் வேணும்?" என்று வினவினார்.
"பெரிய ஐயாவை பார்க்கணும்பா" என பதிலளித்தார் பிரபாகரன்.

கம்பீரமான பிரபாகரனின் குரல், இளநீர் வெட்டுபவரின் அடுத்த கேள்வியை அவரது தொண்டையிலேயே நிறுத்தியது.

"ஒரு நிமிஷம் இருங்க சாமி" என்று சொன்னபடி, அந்த நபர் வீட்டினுள் சென்றார்.
அந்த நபர் வீட்டினுள் வருவதை சுற்றுக்கட்டு வராண்டாவில் இருந்த பார்த்த பெரியவர் "என்ன சண்முகம்?" என்றார்.
"ஐயா, உங்கள பாக்கோணும்னு ஒருத்தர் வந்துருக்குறாருங்க. பாத்தாக்கா வெளியூர்காரர் மாதிரி தெரியுதுங்க" சொல்லிவிட்டு பெரியவரின் பதிலுக்காக காத்திருந்தார் சண்முகம்.
"நானே வர்ரனப்பா" என்று எழுந்து வந்தார் பெரியவர்.
பெரியவரை விட வேகமாக சண்முகம் வெளியே வந்து, பிரபாகரனிடம் "சாமி, ஐய்யாவே வர்ராருங்க" என்று சொல்லிவிட்டு இளநீர் வெட்டுவதை தொடர்ந்தார்.

"யாருங் நீங்க?" பிரபாகரனை பார்த்து கேட்டார் பெரியவர்.

"என்னோட பேரு பிரபாகரன். இந்த ஊருக்கு ஒருத்தரை தேடி வந்தேன், உங்களுக்கு அவங்களை தெரிஞ்சிருக்கலாம்னு சொன்னாங்க. அதுனாலதான் உங்கள பாக்க வந்தேன்" விவரித்தார்.
நேர்நோக்கிய பார்வையும், கம்பீரமான குரலும் பெரியவருக்கு பிரபாகர் மேல் மரியாதையை ஏற்படுத்தியது. "உள்ளாரா வாங்க" பிரபாகரனை வீட்டினுள் அழைத்தார் பெரியவர்.
கேரள மரத்தூண்களை பிரமிப்பாக பார்த்தபடியே, சென்றார் பிரபாகரன்.
நாற்காலியை கை காட்டி "உக்காருங்க" என்றார் பெரியவர்.

பெரியவரின் பின்னால் இருந்த சுவரில் மகாத்மா காந்தி, சுபாஷ் சந்திர போஸ், வல்லபாய் படேல், அம்பேத்கர், பெரியார், வ உ சிதம்பரம் பிள்ளை, என வரிசையாக தேசத்திற்காக உழைத்த பல தலைவர்களின் புகைப்படங்களை பார்த்த படி நாற்காலியில் அமர்ந்தார் பிரபாகரன்.

ஐயா என் பேரு பிரபாகரன், சொந்த ஊரு திருச்சி வளர்ந்தது மெட்ராஸ், வேலை

எல்லாம் வட நாட்டுல. இப்போ ரிடையர் ஆகிட்டேன் தன்னை அறிமுகம் செய்து கொண்டார்

"நான் போஸ்ங்க. எங்கப்பா சுபாஷ் சந்திரபோஸ் அபிமானி, அதனால எனக்கு அந்த பேரு. ஒரே பையன், அமெரிக்கால இருக்கான். நம்ம ஊருலயே வேலையைப்பாருன்னு சொன்னேன், ஆனா அவனுக்கு இங்க புடிக்கல, அமெரிக்கா போய் அந்த ஊரு பொண்ணையே கல்யாணம் பண்ணிகிட்டான். இப்போ நான் மட்டும் இங்க இருக்கேன்" என்று பெரியவர் சொல்லிமுடிக்கும் போது, "கிராண்ட் பா, ஹூ இஸ் திஸ்?" என்று கேட்டபடி ஒரு சிறுமி வந்தாள்.
அவள் மொழியை கேட்டதுமே பிரபாகரன் அறிந்து கொண்டார்; அந்த சிறுமி அமெரிக்காவிலிருந்து வந்திருக்கிறாள், பெரியவரின் பேத்தியாகத்தான் இருக்கும் என்று.

பெரியவர், "இது என் பேத்திங்க. பேரு வர்ஷு", அமெரிக்கால ஒண்ணாம் வகுப்பு படிக்கிறா.

தமிழ் பேச வராது ஆனா புரியும் " என்று பிரபாகரனிடம் சொன்னவர், "தாத்தாவுக்கு வணக்கம் சொல்லு" என்று வர்ஷுவை பார்த்து சொன்னார். அவளும் "வெனக்காம்" என்றாள்.

"வர்ஷு தங்கம் போய் சமயல்கார ஆத்தா கிட்ட காபி தண்ணி போட்டு எடுத்துட்டு வா சொல்லு மா" என சொன்னார் பெரியவர்.
"ஐயா இப்போ தான் நான் டீ சாப்பிட்டு வர்றேன். நோ தேங்க்ஸ்" என்றார்.
"யு ஆர் மை கெஸ்ட், யு மஸ்ட் ஹாவ் எ காபி வித் மீ" என்று அன்பை அதட்டலோடு வெளிப்படுத்தினர் பெரியவர், அவரின் ஆங்கில உச்சரிப்பு மிகச்சரியாக இருந்தது.
“ஓகே யு ஹாவ் மை கான்செண்ட்” என்றார் பிரபாகரன்.

சமையல் அறைக்கு சென்று, சமைக்கும் பெண்ணிடம் "டூ காபி ப்ளீஸ்" என்று தன இரு விரலை தூக்கி காட்டினாள். சமையல் செய்யும் பெண்ணும் "சரி தங்கம், நொடியில போட்டுத்தர்றேன்" என சொல்லிவிட்டு அடுப்பை பற்றவைத்தாள். காபி போடும் வேளையில் சமையல் பெண்ணின் செல்

போன் அலறியது. "அலோ" என்றாள் சமையல் செய்யும் பெண். சில நொடிகள் செய்தியை கேட்டுவிட்டு "அட இதென்ன கேடு? புள்ள நம்ம சாதியா?" என கதைத்தாள். அடுத்த சில நொடிகள் கழித்து, "என்னவோ போங்" சொல்லிவிட்டு செல்போனை கீழே வைத்தாள். வர்ஷு எல்லா வார்த்தைகளும் புரிந்தன, சாதி என்ற ஒரு வார்த்தையை தவிர.

“ஐயா காபி வரும் முன்னாடி நான் வந்த விசயத்த சொல்லிடுறேன். இந்த ஊருல காமாட்சி அப்படினு ஒரு 70 வயசு லேடிய பார்க்கத்தான் வந்தேன். சுமார் 45 வருஷம் முன்னாடி அவங்க இந்த ஊருக்கு குழந்தைகளோட வந்திருக்காங்க, இப்போ இங்கதான் இருக்காங்களா இல்ல வேற பக்கம் போயிட்டாங்களான்னு தெரிஞ்சுக்கணும். உங்களுக்கு தெரிஞ்சிருக்க வாய்ப்பிருக்குனு டீ கடைல சொன்னாங்க, அண்ட் சோ ஐ கேம் டு மீட் யு" விவரித்தார் பிரபாகரன்.

"நீங் எதுக்குங்க அவங்கள பாக்கோணும்?" எச்சரிக்கையுடன் கேட்டார் பெரியவர்.

வர்ஷு காபி கொண்டு வருகையில் பிரபாகரன் தான் வந்த நோக்கத்தை விளக்கி முடித்திருந்தார்.
அதை கேட்டதும் பெரியவருக்கு பிரபாகரன் மீதான மரியாதை பன்மடங்கு கூடியது.

காபியை தந்துவிட்டு வர்ஷு கேட்டாள், "தாத்தா, தி மெய்ட் வாஸ் டாக்கிங் அபௌட் சாதி அண்ட் ஸ்டப், வாட் டஸ் இட் மீன்?"
"அறம் தெரிஞ்ச ஊருல அர்த்தம் இல்லாத அழுக்கு தான்மா ஜாதி"
“வாட்? ஐ டோன்ட் அண்டர்ஸ்டாண்ட்” என்றாள் சிறுமி.
" இந்த அழுக்கை புகுத்தினவங்களுக்கே புரிஞ்சிருக்காது" என்று மனதிற்குள் நினைத்துக்கொண்டார் பிரபாகரன்.

“இந்தாங்க காபி எடுத்துக்கோங்க” என்று காபி டம்ளரை கொடுத்ததோடு, "உங்கள பாத்ததுல ரெம்ப சந்தோஷமுங்க. இந்த மாறி மனுசங்க இன்னும் இருக்குறாங்கன்னு நினைக்கும்போது நிம்மதியா இருக்குதுங்க. அந்த அம்மாவ எனக்கு தெரியும், சுமார் 50 வருஷம் முன்னாடி தானுங்க இந்த ஊருக்கு வந்தாங்க. பக்கத்துல

தான் இருக்கு அவங்க வீடு " சொல்லிவிட்டு காபியை சுவைத்தார் பெரியவர்.

பிரபாகரன் காபியை குடிக்கும்போது காமாட்சி பற்றிய விஷயங்களை பெரியவர் பிரபாகரானிடம் பகிர்ந்து கொண்டார், சில பத்திரங்களையும் பிரபாகரனிடம் காட்டினார் பெரியவர். அவற்றை தன் கைபேசியின் மூலம் புகைப்படங்களை எடுத்துவைத்துக்கொண்டார் பிரபாகரன்.

காபி குடித்துமுடித்தவுடன் பிரபாகரன் கேட்டார் "ஐயா, காமாட்சி அம்மா வீடு எங்கேங்க இருக்கு?"

“வடக்க பாத்து போனீங்கன்னா ஒரு சின்ன கருப்பராயன் கோவில் வரும். பக்கத்தால ஒரு பானை செய்யறவங்க குடிசை இருக்கும் அது தான் அந்த அம்மா வீடு. யாரை கேட்டாலும் சொல்லுவாங்க" பெரியவர் சொன்னார்.

"ரொம்ப தேங்க்ஸ் ஐயா" என சொல்லிவிட்டு எழுந்தார் பிரபாகரன்.

"மை கெஸ்ட், சொல்லறத்துக்கு மறந்துட்டேன். இந்த ஊருல, அவங்கள காமாட்சினு சொன்னா

யாருக்கும் தெரியாது. அம்பு பாட்டினு சொன்னாதான் தெரியும்" பெரியவர் முடித்தார். "அம்பு பாட்டி?! இண்டெர்ஸ்ட்டிங்!" பிரபாகரன் கைகளை கூப்பி வணக்கம் சொன்னவாறு நகர்ந்தார்.

வடக்கு திசையை நோக்கி நடந்தார் பிரபாகரன். நீள காம்பவுண்ட் சுவர் கொண்ட வீடுகள், அளவான வேகத்தில் அருமையான காற்று. "இந்த காத்துதான் கோயம்பத்தூர் ஜனங்களுக்கு வரம்" என்ற நினைப்பு ஓடியது பிரபாகரனுக்கு. அடுத்த சில அடிகளில், இரு பக்கமும் சினிமா போஸ்டர்களும் ரசிகர் மன்ற போர்டுகளும் நிரம்பி இருந்தன. அவற்றை பார்த்த பிரபாகரன் "இது இந்த ஊருக்கு மட்டும் இல்ல மொத்த நாட்டுக்கும் வந்த சாபம்" என ஆதங்கப்பட்டுக்கொண்டார், அதே நொடி எழுத்தாளர் சுப்ரமணிய ராஜு அவர்களை நினைவு கூர்ந்தார்.
சுப்ரமணிய ராஜு எழுத்தாளர் மட்டும் அல்ல ராணுவத்தில் மேஜரும் கூட. அவருக்கு காதலிலும் சினிமாவிலும் தம் உயர்ந்த பொழுதைக்கழிக்கும் இளைஞர்களைக் கண்டால் கடும் கோபம் வரும். எல்லா

இளைஞர்களுக்கும் ராணுவ பயிற்சியும் கட்டாய ராணுவ சேவையும் தேவை என்று அடிக்கடி கூறியவர். இபோது தெருவுக்கு தெரு ரசிகர் மன்றங்கள், ஊருக்கு நாலு டாஸ்மாக் கடைகளை அவர் பார்த்தால்?!! பிரபாகரனுக்கு பல நினைவுகள் எழுந்தன...

அடுத்த சில அடிகளில் கருப்பராயன் கோவில் தென்பட்டது. பிரபாகரன் நடக்கும் எதிர் திசையில் ஒரு சிறுவனும் சிறுமியும் வந்தார்கள். அந்த சிறுமி தன்னிடம் இருந்த 5 ரூபாய் நோட்டை சிறுவனிடம் காட்டி "டேய் அம்பு பாட்டி குடுத்தாங்க டா. எனக்கும் என் பிரண்ட்ஸ்க்கும் மிட்டாய் வாங்கிக்கிறதுக்கு. உனக்கும் ஒரு மிட்டாய் தர்றேன்" என சொன்னவாறு பிரபாகரனை கடந்து சென்றார்கள்.

பெரியவர் குறிப்பிட்டு சொன்ன வீடு வந்துவிட்டது. சுமார் 40 ஏக்கர் பூமியின் முகப்பில் ஒரு வீடு இருந்தது. சிறு வீடுதான், கீற்றுகள் நெருக்கி அடுக்கப்பட்ட குடிசை வீடு. காம்பவுண்ட் சுவர் இல்லாவிட்டாலும், அடுக்கி வைத்திருந்த பானைகள் மதில் சுவர் போன்ற

தோற்றம் அளித்தது. வாசலில் வயதான பாட்டி, பானைகள் செய்து கொண்டிருந்தார்.

அது வேறு யாரும் அல்ல, அம்பு பாட்டியே...

"காமாட்சி..." என்ன பிரபாகரன் சொன்னவுடன், பானை செய்வதை நிறுத்திவிட்டு சட்டென "யாருங்க?" என்று கேட்டார் காமாட்சி.

"என் பேரு பிரபாகரன். நீங்க வீரவேலு வோட வைப் தானே" என தொடர் கேள்வியை கேட்டார் பிரபாகரன்.

காமாட்சிக்கு இவர் யார் என்ற ஆர்வம் அதிகமானது, ஏனெனில் கடந்த முப்பது நாற்பது ஆண்டுகளில் தன் கணவர் பெயரை குறிப்பிட்டு காமாட்சியை அடையாளப்படுத்தியவர்கள் எவரேனும் இருந்ததாய் காமாட்சிக்கு ஞாபகம் இல்லை. கணவர் பெயரை இன்னொருவர் சொல்ல கேட்டு பல வருடங்கள் ஆகிவிட்டது!

"ஆமாங்க. நீங்க?" காமாட்சி கேட்டார்.

தான் யார், காமாட்சியை பார்க்க வந்ததற்கான நோக்கம் என்ன என்பதை எல்லாம் பிரபாகரன் விவரித்தார்.

காமாட்சிக்கு பிரபாகரனின் வருகை பெருமகிழ்ச்சியை தந்தது.

சுமார் ஒன்றரை மணிநேரம் போனது அவர்களது உரையாடல். பின் விடை பெற்றார் பிரபாகரன்.

காமாட்சிக்கு பிரபாகரனுடனான உரையாடல், ஐம்பது வருடத்திற்கு முன்னான தன் வாழ்க்கையை ஒரு முறை நினைவுகூர செய்தது. புன்னகையும், கண்ணீரும் ஒரேநேரத்தில் காமாட்சியின் முகத்தில் வசப்பட்டது. அந்த நாள் முழுவதும் காமாட்சி தன் கணவரின் நினைவாகவே இருந்தார்.

அக்கம்பக்கத்தார்கள் கூட "அம்பு பாட்டி ஏன் அழுதுட்டே இருக்கு?" என யோசித்தனர். காரணம், அம்பு பாட்டி அழுவதை பார்த்ததாய் அவர்கள் யாருக்கும் துளியும் ஞாபகம் இல்லை.

பிரபாகரன், காமாட்சியை சந்தித்த பிறகு, தொடர்ச்சியாக பலருக்கு கைபேசியின் மூலம் தொடர்பு கொண்டார்.

ஒரு முக்கியமான வேலை மீதம் இருப்பது போன்ற ஒரு சூழலும், தான் செய்யாமல் தவறவிட்ட ஒரு முக்கியமான கடமையை முடிக்க முயல்வது போன்ற உணர்ச்சி வெளிப்பாடும் பிரபாகரனின் முகத்தில் இருந்தது.

அம்பு பாட்டி

இன்றைய இளைஞர்களுக்கு இப்படிஓர் உவமானம் சொன்னால்தான் சரியாக இருக்கும். நாம் மெச்சும் அமெரிக்காவாழ் தமிழர்களைப்போல, ஏன் அவர்களைவிடவும் செல்வாக்கோடு இருந்து வாழ்ந்தவர்கள்தான் பர்மா தமிழர்கள். அறிவோடு கூடிய உழைப்பும், உழைப்பு தந்த செல்வமும், செல்வம் தந்த கவுரவமும் கூடி வளர்ந்தவர்கள். தம்மோடு பர்மாவையும் வளத்தியவர்கள். அவர்களின் வளர்ச்சிதான் தேக்கும், இரும்பும், தங்கமுமாக பர்மாவுக்கு, இந்தியாவுக்குமாக மாறி மாறி கப்பலில் உலாவந்தது.

அப்படி இருந்து வளர்ந்த குடும்பத்தில் ஒன்றுதான் காமாட்சி அம்மாளின் குடும்பம். அப்போது சிறு பெண் தானே அவள்! எனவே காமாட்சி என்றே அழைப்போமே?!

மனிதன் நினைப்பதெல்லாம் நடந்து விட முடியுமா? அப்படியானால் கடவுள் தேவையில்லையே!!...

2 -ஆம் உலகப்போர் நடைபெற்ற வேலை, ஜப்பான் பர்மாவின் மீது குண்டுகள் பொழிந்தது. அந்நாளின் விளைவு; நாட்டு மக்கள், அவர்களின் வாழ்க்கை வசதிகள், வியாபாரப்போக்குகள் எல்லாமே மாறியது. உடனேயே சிலர் இந்தியா திரும்பலாம் என்று முடிவெடுத்தார்கள். சிலர் 'பொறுப்போமே!' என காத்திருந்தார்கள்.

மக்களுக்கு யாதொன்றும் புரியாதிருக்க, தமிழர்களின் நிலைதான் பரிதாபம். செல்வத்தோடு செல்வாக்கும் இழந்து பிறந்த நாட்டுக்கே அகதிகளாக திரும்பும் நிலை. வேறு வழி? மெல்ல இந்தியா திரும்ப வந்தார்கள் தமிழர்கள்.

மூன்று வயது குழந்தை காமாட்சி, மனைவியுடன் அய்யாவு நாகப்பட்டினத்தில் குடியேறினர், (திருவாரூர், தஞ்சை, நாகை இம்மூன்றும் அந்த நாளில் ஒருங்கிணைந்த தஞ்சை மாவட்டமாக இருந்தது) கையில் பெரிதாக ரொக்கம் ஒன்றுமில்லை. அய்யாவுவும், அவரது மனைவியும்

கூலிவேலைக்கு போய்தான் தீர வேண்டும்! அஞ்சலை, காமாட்சியின் அம்மா, வேலைக்கு போகும் போது குழந்தையையும் கூட்டிப்போவாள். மெல்ல மெல்ல இல்லாத இல்வாழ்க்கைக்கு பழக்கமானாள் குழந்தை காமாட்சி.

குழந்தை இப்போது சிறுமி ஆகிவிட்டாள்... அந்த ஊரில் இருந்த பல விஷயங்களை கவனித்தாள். தெருவில் நடக்கையில் எதிரே யார் வந்தாலும், அப்பா ஒதுங்கிக்கொள்வார். தோளில் இருக்கும் துண்டை எடுத்து இடுப்பில் கட்டுவார். இரு கைகளையும் கொண்டு நெஞ்சை மூடுவார். கிட்டத்தட்ட அரை முதுகும் குனிந்துவிடும். எதற்கு இப்படி செய்கிறார்? முன் நாம் இருந்த ஊரில் இப்படி யாரும் செய்தது இல்லையே?! பர்மாவில் வாழ்ந்த வாழ்க்கையை காமாட்சி ஒப்பிட ஆரம்பித்தாள். சிறுமி அல்லவா, அவளது சிந்தனை சீராக இருந்தது...

ஒரு நாள் "அப்பா, ஏன் அப்படி செய்யுற?" என்று கேட்டாள் காமாட்சி.

அதற்கு அய்யாவு," பாப்பா, நாம் தாழ்ந்த சாதி அந்த அய்யா உசந்த சாதி" என்றார்.
காமாட்சி சொன்னாள், "இல்லையே அப்பா, நீயும் அந்த தாத்தாவும் ஒரே உயரம் தான் இருக்கீங்க... அவரு மட்டும் ஏன் உசந்த சாதி, நீயும் அதுதான் அப்பா..."
வீட்டுக்கு வந்தவுடன் நடந்ததை அஞ்சலையிடம் சொல்லி " ஏத்தி, என் மகள் எவ்வளவு அறிவாளி பாத்தியா?" என்று பெருமையும் சந்தோஷத்தையும் தன் முகத்தில் மிளிரவிட்டார்.

ஆனால் காமாட்சிக்கோ தன் கேள்விக்கு பதில் இல்லையே, இதை பற்றி வேறு யாரிடம் கேட்பது என்ற குழப்பம் மட்டுமே மிஞ்சியது.

அய்யாவுவிற்கு தன் மகளை எப்படியேனும் பள்ளிக்கூடத்தில் சேர்க்கவேண்டும் என்று ஆசை. ஒரு தாழ்ந்த சாதி பிள்ளையை பள்ளிக்கூடத்தில் சேர்ப்பதென்பது எளிதான காரியமா என்ன? அதிலும் பெண் பிள்ளை! சுலபத்தில் முடிகிற காரியம் இல்லை.
தினமும் நடையாய் நடந்தார் அய்யாவு.

இசுகோல் வாத்தியார் "உன் மகளுக்கு எதுக்கு படிப்பு? போய் எதுனாச்சும் கூலி வேலைக்கு அனுப்பு குடும்பம் நடத்த நாலு காசாவது சேரும்..." என்று சொல்லி அய்யவுவை விரட்டி விடுவார். அவமானம் அய்யாவுவிற்கு புதிதல்ல. சற்றும் தளராத மனிதராய் தினம் தினம் வாத்தியாரை பார்க்க சென்றார். எறும்பு ஊற கல்லும் தேயும் என்பார்கள், ஆனால் அந்த குடுமி வைத்த வாத்தியார் கொஞ்சமும் மனம் இளகவில்லை.

அந்த வாத்தியாருக்கு மூன்றாவது குழந்தை பிறந்த நேரம், அய்யாவுக்கு யோசனை ஒன்று தோன்றியது, நேரே வாத்தியார் வீட்டிற்கு சென்றார் "ஐயா, உங்களுக்கு குழந்தை பிறந்திருக்குனு சொன்னாங்க ரொம்ப சந்தோசம் ஐயா. அஞ்சலையை தினமும் காப்படி பசும்பால் கொண்டாரசொல்லறேன் ஐயா" என பவ்வியமாக சொன்னார் அய்யாவு.
"பால் கொடுத்து பள்ளிக்கூடம் சேர்த்த பார்க்குற!" என கோணலாக தலையை திருப்பி பார்த்தார் வாத்தியார்.
"அப்படியெல்லாம் இல்லீங்கய்யா" என அய்யாவு சொன்னதும். "சரி, அரைப்படிபால்

தினமும். உன் மகளை பள்ளிக்கூடம் அனுப்பு, ஆனா சில முக்கியமான கண்டிஷன் இருக்கு

1 . உன் மகள் உள்ளே வரப்படாது.

2 . வாசல்லே ஓரமாத்தான் உக்காண்டு இருக்கனும்

3 . யாரோடும் பேசப்படாது

4 . பெரியவா குழைதந்தையெல்லாம் வந்து உக்காண்ட அப்புறம்தான் உன் மக உக்காரணும்" என அடித்து சொன்னார் வாத்தியார்.

எதுவாயினும் சரி பிள்ளை பள்ளிக்கூடம் சென்றால் போதும் என முடிவெடுத்து " சரிங்கய்யா. நீங்க சொன்னபடியே என் பொண்ணு கேட்பா ஐயா" ஒப்புக்கொண்டார் அய்யாவு.

அடுத்தநாளில் இருந்து காலமே அஞ்சலை பால் ஊற்றப்படவேண்டிய பித்தளை தூக்கை அழுத்தி அழுத்தி தேய்ப்பாள் சுத்தமாக இல்லாவிட்டால் வாத்திக்கு கோபம் வந்துவிடுமே! பிறகு கறந்த பாலை வழிய வழிய ஊற்றி அரைப்படி பாலை வாத்தியார் வீட்டில் கொடுத்துவிட்டு, காமாட்சியை எழுப்பி

விளக்கெண்ணையை தலையில் வழியத்தடவி, வாழை நாரால் முடியை ஒன்றாகப்பின்னி பள்ளிக்கூடம் அனுப்புவாள். செல்வியும் காமாட்சியுடன் கிளம்புவாள் (அய்யாவு செல்விக்கும் சேர்த்துதான் வாத்தியாரிடம் பேசியிருந்தார்), இதை பார்க்கும் அக்கம்பக்க பெண்கள் கண்களை விரித்து பார்ப்பார்கள்!

காமாட்சியும் செல்வியும், மற்ற மாணவர்கள் வருமுன் வகுப்பறையை சுத்தம் செய்துவிட்டு பள்ளிக்கூடத்தின் வாசலிலேயே நிற்பார்கள். இவர்கள் நிற்கும் இடத்தில் வெயில் சுள்ளென்று விழுந்தபின்பு தான் வாத்தியார் வருவார்.

கையில் இருக்கும் குடையால் காமாட்சியையும், செல்வியையும் ஓரமாக நகர்த்திவிட்டு வகுப்பறைக்குள் வருவார் வாத்தியார். வந்தவுடன் தன் தூக்குசட்டியிலுள்ள நெய் முறுக்கை சுவைக்க ஆரம்பிப்பார், நெய் முறுக்கு முடிந்தவுடன், தூக்குசட்டியை காமாட்சியிடம் கொடுத்து "போய் ஆத்துல கொடுத்திடுடி குழந்தை" என

அதட்டலாக சொல்வார். உடனே இருவரும் அதை வாங்கிக்கொண்டு வாத்தியார் வீட்டுக்கு ஓடுவார்கள், பதினைந்து நிமிடங்களில் பள்ளிக்கூடம் திரும்பிவிடுவார்கள். அதற்குள் காதில் கடுக்கன், பை தூக்கி வரும் வேலையாள், பால் போல சுத்தமான வேட்டி ஜிப்பா, குடுமி, இப்படியாக பெரிய வீட்டுப்பிள்ளைகள் வந்து உட்காருவார்கள்.

முதலில் தமிழ் எழுத்துக்கள், பின் மனக்கணக்குகள் இப்படியாக பாடம் நடக்கும். நடு நடுவே, "ஆத்துக்கு போய், இத வாங்கிட்டு வா, அத வாங்கிட்டு வா" என காமாட்சி அல்லது செல்வியை வாத்தியார் அனுப்பிவிடுவார். "ஆகக்கடைசியில் வாத்தியார் வீட்டுக்கு எடுபிடி வேலை பார்க்க இரு சிறுமிகள் கிடைத்துவிட்டார்கள்" என சிறுமிகளை கேலிசெய்தனர் அக்கம்பக்கத்தார்.

மெல்ல மெல்ல இரு பெண்களுக்கும் தமிழ் எழுத்துக்கள் புரிய வந்தன. பிறகு எழுத்துக்கூட்டி மெதுவாக படிக்கவும் செய்தனர். இத்துணை கேலிகளுக்கும், இடையூறுகளுக்கும் நடுவில் படிப்பில் உள்ள

கவனத்தை சிதறவிடவில்லை காமாட்சியும், செல்வியும். மிகவும் ஆச்சர்யம்தான்.

மிக முக்கியமாக, இரு சிறுமிகளுக்கும் படிக்க வருமென்பது பெரிய வீட்டு பிள்ளைகளுக்கு தெரியாது. அதுவும் நல்லதுதான். இல்லையென்றால், மற்ற மாணவர்கள் இந்த சிறுமிகள் படிக்க ஆரம்பித்துவிட்டனர் என்று ஊரில் சொன்னால், சிறுமிகளுடைய மண்டையை உடைத்து சரஸ்வதியை வெளியே அனுப்பிவிட்டுத்தான் மறுவேலை பார்ப்பார்கள் சில மூடர்கள்.

நிகழ் காலம் இனிமையோ, வறுமையோ... நாம் அதை இழந்தே ஆகவேண்டும் ஏனெனில் காலம் அதை இறக்கச்சய்துவிடும். காமாட்சியும் செல்வியும் அய்யாவுவின் தோளுக்கு மேல் வளர்ந்துவிட்டார்கள். எட்டாம் வகுப்புவரை தான் அவர்களால் அங்கே பயில முடிந்தது, அதற்கு மேல் படிக்க அவர்கள் வேறொரு ஊருக்கு செல்லவேண்டியிருக்கும்! யார் அழைத்து செல்வது? அவர்களை அடுத்த ஊருக்குள் அனுமதிப்பார்களா? இது போன்று

பல சவாலான கேள்விகள் அவர்கள் முன்னே இருந்தது!!
அதனால் படிப்பை கைவிட்டனர். பின்னர் விவசாயக்கூலிகளாக வேலை செய்ய ஆரம்பித்தனர். அதுமட்டுமல்ல, காமாட்சி தன் தந்தையிடம் பானை செய்வது எப்படியென்று கற்றுத்தெரிந்தாள். விரைவில் அதில் தேர்ந்து, பானை செய்வதில் ஒரு வல்லுநராகவே மாறிவிட்டாள்.

நாம் வாழும் பூமியில் நல்லவர்களும் இருக்கவே செய்வார்கள். ராணுவத்தில் வேலை பார்த்த நாலைந்து படித்த இளைஞர்கள் நாகப்பட்டினம் சுற்றியுள்ள கிராம மக்களுக்காக ஒரு படிப்பகம் துவங்கினார்கள்.

உலகியல் நடப்புகள், நாட்டில் நடந்து வரும் நிகழ்வுகள் போன்றவற்றை பற்றி அங்குள்ள மக்களை வெளிப்படையாக பேசவைத்து விவாதிக்க செய்தனர். இதன் மூலமாக பல விஷயங்கள் விவசாய கூலி வேலை செய்பவர்களுக்கு புரிய வந்தது.

இதற்கிடையில் சுதந்திர இந்திய அரசு ஐந்து ஆண்டு திட்டங்களை அறிவித்தது. அதில் முக்கியமான ஒரு விஷயமாக பசுமை புரட்சியை அறிவித்தது அதனை நிகழ்த்தியும் காட்டியது, பல்வேறு புதிய முயற்சிகளை அறிமுகப்படுத்தி நெல் உற்பத்தியை அரசு பெருக்கியது. காமாட்சி இருந்த கீழ்வெண்மணி கிராமத்திலும் நெல் உற்பத்தி பெருக, அதன் விளைவாக கூலியை உயர்த்த வேண்டும் என்ற கோரிக்கையும் கிளம்பியது, விரைவில் அது வலுக்கவும் செய்தது!

தஞ்சை, திருவாரூர் மாவட்டங்களிலும் இந்த கோரிக்கை முன் வைக்கப்பட்டது, மெல்ல மெல்ல நிகழ்வுகள் போராட்டத்தை நோக்கி நகர்ந்தது.

விவசாயக்கூலிகள் ஒரு பக்கமும், பண்ணையார்கள் ஒரு பக்கமுமாக நின்றார்கள். நெல் உற்பத்தியாளர்கள் சங்கம் பண்ணையார்களை ஆதரிக்க, கிராமத்தில் உள்ள எளிய மக்கள் கூலிகளை ஆதரித்தார்கள். அறுவடை காலம் நெருங்க நெருங்க பதற்றம் கூடியது.

டீ கடை வைத்திருந்த ஒரு நபர் கூலிகளை ஆதரிக்கவே, உற்பத்தியாளர்கள் சங்கத்தை சேர்ந்தவர்கள் அவரை அடித்து துன்புறுத்தினார்கள், இதன் மூலம் கூலிகளை யாரேனும் ஆதரித்தால் அவர்களுக்கான முடிவுயாதென்பதை தெரிவித்தாரகள்! அச்சுறுத்தினார்கள் என்றே சொல்லவேண்டும்!!

இதை வன்மையாக கண்டித்து ஊர்வலங்கள், கொடிபிடித்தல், ஆர்ப்பாட்டங்கள் என விவசாயகூலிகள் எதிர்வினையாற்றினார்.

நம்மை சார்ந்து வாழும் இவர்களுக்கு நம்மையே எதிர்க்கும் துணிவா, என்று பணம் படைத்தவர்களை, விவசாயக்கூலிகளின் எதிர்வினை, கோபப்படுத்தியது. விடுவார்களா பணம்படைத்தவர்கள்?
பழிக்குப்பழி; அறுவடைக்கு உள்ளூர் ஆட்களை கூப்பிடாமல் வெளிமாவட்டத்து ஆட்களை கூட்டிவந்தார்கள். இதை உள்ளூர் கூலிகள் தடுக்கப்போக அந்த முயற்சி கலகத்தில் முடிந்தது.

நாரதர் கலகம் நன்மையில் முடியுமென்பார்கள், அது நாரதருக்கு வேண்டுமானால் சரியாக பொருந்தக்கூடும். ஆனால் நல்லவர்களுக்கு, எளியவர்களுக்கு??!!

முடிந்த கலகத்தின் விளைவு, பண்ணையார்கள் ஏஜென்ட் ஒருவர் கொல்லப்பட்டார்! பொங்கியெழுந்தது மிராசுதார் கூட்டம். தமிழக வரலாற்றில் ஜாதியெனும் வெறி நெருப்பை உமிழ்ந்த ஒரு கருப்பு நாள் - டிசம்பர் 25 1968 இரவு பத்து மணி.
கீழ்வெண்மணி கிராமத்தில் பதட்டம் அதிகமாக இருந்தது! பாதுகாப்பு கருதி, எளியமக்கள் அனைவரும் ஒரு குடிசையின் கீழ் கூடி ஒன்றாக அந்த இரவை கழிக்க முடிவெடுத்தார்கள்.

அந்த மாதம் முழுவதும் காமாட்சியும், செல்வியும் எப்படியாவது வீட்டில் இருப்பவர்களுக்கு டேக்கா கொடுத்திவிட்டு இரவு நேரத்தில் அருகிலுள்ள காட்டில் மின்மினி பூச்சிகளோடு விளையாட செல்வதாய் இருந்தார்கள், அன்று இரவும்

இருவரும் மின்மினி பூச்சிகளோடு விளையாட ரகசியமாக நழுவினார்கள்.

பின் வரும் வரிகள், இந்தக்கால பிள்ளைகளுக்கு ஆச்சர்யத்தையும் அதிர்ச்சியையும் ஏற்படுத்தலாம். "மனிதனுக்கு மனிதன் நெருப்பு வைப்பானா" என... ஆனால் ஜாதிவெறியும், ஆதிக்கவெறியும் என்ன வேண்டுமானாலும் செய்யத்தூண்டும். அனைவரும் ஒன்றாக கூடிய அந்த குடிசை நெருப்பிடப்பட்டது. குடிசையின் உள்ளே அடைபட்டவர்கள், குழந்தைகளையாவது காப்பற்ற நினைத்து சில குழந்தைகளை தூக்கி வெளியே எறிந்தனர். எழுதவே கூசும் செயலல்லவோ நடந்தது!! வெளியே வீசப்பட்ட குழந்தைகள் மீண்டும் நெருப்பில் தூக்கி வீசப்பட்டனர்...!!!!

முதியவர்கள், பெண்கள், குழந்தைகள் என உள்ளிருந்த 44 பேர் உடல் கருகி இறந்தனர். இதில் காமாட்சியின் தந்தை தாயும் அடங்குவர். வெகுதூரம் இருந்த போதும், 44 பேரின் கதறல் காமாட்சியின் காதுகளில் விழுந்தது, ஏதோ சரி இல்லை என புரிந்து

கொண்டு செல்வியை கூட்டிக்கொண்டு திரும்பிய காமாட்சிக்கு காணக்கிடைத்தது கருகிய நிலையில் மனித உடல்கள். சற்றுமுன்பு வரை தங்களோடு பேசி சிரித்தவர்கள் இப்போது சவமாய்!

தன் தாயையும், தந்தையையும் காமாட்சியின் கண்கள் தேடின, சில நொடிகளில் அவர்களும் சவமாய் கிடந்தது அவள் கண்களை மட்டுமல்ல உடலையே உலுக்கிவிட்டது. செல்விக்கும் இதே நிலை! அவர்கள் இருவரும் உயிர் தப்பியது, வேதனையை மட்டுமே தந்தது. மற்றவர்களோடு தாங்களும் இறக்கமுடியாமல் போயிற்றே என்ற ஏமாற்றமும் அவர்களுக்கு, ஏனெனில் இப்படிப்பட்ட கொடூர உலகில் இன்னும் வாழ அந்த பெண்களுக்கு துளி அளவிலும் விருப்பம் இல்லை.

அடுத்தநாள் காமாட்சியையும், செல்வியையும் சூழ்ந்தது காவல் துறையும் பத்திரிகைத்துறையும். "என்ன நடந்தது, யார் தீயிட்டார்கள், மொத்தம் எத்தனை பேர் இறந்தனர்?" என சரமாரி கேள்விகள்,

அனைத்திற்கும் இரு பெண்களிடம் இருந்த ஒரே பதில் "தெரியாது" என்பது மட்டுமே. இவர்கள் பயனில்லை என முடிவெடுத்து, அந்த இரு பெண்களையும் சுதந்திரமாய் விட்டார்கள் காவல் துறையினர்.

சில நாட்கள் கழித்து வீரவேலு எனும் நபர் நிர்கதியாய் இல்லை நிர்கதியாக்கப்பட்ட பெண்களை சந்தித்தார். இருவருமே வீரவேலுவை முன்பே பார்த்திருக்கிறார்கள், படிப்பகம் துவங்கிய இளைஞர்களில் வீரவேலுவும் ஒருவர், அவர்கள் ஊரில் நடந்த சில விவாதங்களிலும் வீரவேலு கலந்து கொண்டிருக்கிறார். எல்லோருடனும் மரியாதையுடனும், கண்ணியத்துடனும் நடந்துகொண்டதே காமாட்சி செல்வி இருவர் வீரவேலுவை ஞாபகம் வைத்திருந்ததற்கு காரணம்.

பெண்களை சந்தித்த வீரவேலு "உங்க இழப்புக்கு என்னோட இரங்கல்கள். இதுல அய்யாவு அவர்களோட பொண்ணு யாரு?" என கேட்டார்.

இதை சற்றும் எதிர்பார்க்காத காமாட்சி, "என்னோ..." என உச்சரித்து அழுகை ஆரம்பித்தார். வீரவேலுவுக்கு புரிந்தது அழுகும் பெண் தான் அய்யாவுவின் மகள் என்று. காமாட்சி அழுவதை பார்த்து, செல்வியும் அழத்தொடங்கினார்.

அழுகை நிற்கும் வரை சில நிமிடங்கள் வீரவேலு அமைதியாக நின்றார். இரு பெண்களும் தங்களை ஆசுவாசப்படுத்திக்கொண்டதை உறுதி செய்தபின் "உங்கள கல்யாணம் பண்ண எனக்கு விருப்பம். உங்களுக்கும் விருப்பம்ன்னா சொல்லுங்க, நாம கல்யாணம் பண்ணிக்கலாம். உடனே பதில் தர வேண்டாம், நாளைக்கு நான் இங்கே மீண்டும் வருவேன், அப்போ சொன்னா போதும். பிடிக்கலைன்னா, தாராளமா நீங்க சொல்லிடலாம். எந்த ஒரு நிர்பந்தமும் கிடையாது." என சொல்லிவிட்டு நகர்ந்தார். செல்வியோ, "நில்லுங்க சார்" என்று கூறி "நாங்க உங்கள முன்னாடியே பார்த்திருக்கோம், தெரு கூட்டங்கள்ல... ஆனா இப்போ தெய்வமா பார்க்குறோம்" என்றாள்.

"என்னமா பெரிய வார்த்தையெல்லாம் சொல்லற... கேட்கணும்னு தோணுச்சு, இதை

என் கடமைன்னும் தோணுச்சு. நானும் உங்கள மாதிரி சாதாரண மனுஷன் தான் மா" என கூறி முடிக்கும் போது காமாட்சி வீரவேலுவின் காலில் விழுந்துவிட்டார். அவர் பாதங்களை பிடித்தபடி அழுதார்.

"சார், அக்கா அவ முடிவை சொல்லிட்டா. எப்போ கல்யாணம் வெச்சுக்கலாம்" என கேட்டாள் செல்வி.

மறுநாளே ஒரு கோவிலில் நண்பர்கள் மட்டும் சூழ, தன் குடும்பத்தின் விருப்பமின்றி, காமாட்சியை மணந்தார் வீரவேலு. நாகப்பட்டினத்தில் குடியிருந்தார்கள் அந்த தம்பதியினர்.

அந்த வாழ்க்கையும், காமாட்சிக்கு நிலைக்கவில்லை. அடுத்த சில வருடங்களில் வீரவேலு இறந்துபோக கைக்குழந்தையுடன் மீண்டும் நிர்கதியானார் காமாட்சி. கணவனின் குடும்பம் தன்னை வெறுத்து ஒதுக்கவே, நாகபட்டினத்திலிருந்து கோவை மாவட்டத்துக்கு புலம் பெயர்ந்தார் காமாட்சி. செல்வி நாகபட்டினத்திலேயே தொடர்ந்து வசித்தாள்.

குப்பேபாளையம் என்ற கிராமத்தில், கிராம தலைவரின் மற்றும், வீரவேலுவின் நண்பர், போஸ் என்பவரின் உதவியோடு, ஒரு சிறு குடிசை அமைத்துக்கொண்டார். ஆனால் தன் கணவரின் நண்பர் என்பதற்காக துளியும் பண உதவியோ, பொருள் உதவியோ போஸிடம் நாடவில்லை காமாட்சி. தனக்கு நன்கு தெரிந்த பானை செய்யும் தொழிலை ஆரம்பித்தார். காமாட்சியின் மகன் வெற்றியும் தாயை போலவே எட்டாம் வகுப்புவரை மட்டுமே படித்தான். படிப்பில் நல்ல மாணவனாக இருந்தபோதும் தன் தாய் மிகவும் கஷ்டப்படுவதை அறிந்து, அம்மாவுக்கு விருப்பம் இல்லாத போதும், பதினான்கு வயதிலேயே வேலைக்கு சென்றான்.

1995 இல் வெற்றிக்கு திருமணம் நடந்தது, அதே ஊரில் வசித்துவந்த ஒரு குடியானவரின் மகளையே தன் மருமகள் ஆக்கினார் காமாட்சி. அடுத்த ஆண்டே அவர்களுக்கு ஒரு மகன் பிறந்தான், அந்த குழந்தைக்கு 'கணியன்' என்று பெயரிட்டனர்.

காமாட்சியின் வாழ்க்கையில் நெடிய சந்தோஷமோ, நிம்மதியோ இருந்துவிட்டால் விதிக்கு பிடிக்குமாஎன்ன?
கணியன் இரண்டு வயது குழந்தையாய் இருக்கும் போது, வெற்றியின் நெருங்கிய சிநேகிதனின் திருமணம் கோவையில் நடக்கவிருந்தது அதற்கு அழைப்பும் வந்தது. குடும்பத்துடன் செல்ல வெற்றி முடிவெடுத்திருந்தான்.
திருமணநாளும் வந்தது, ஆனால் கணியனுக்கு மேலுக்கு முடியாமல் போகவே, வெற்றி தன் மனைவியுடன் மட்டும் செல்ல முடிவெடுத்தான். குழந்தையை காமாட்சியிடம் விட்டுச்சென்றனர்.

அன்றைய தினம் பிப்ரவரி 14, காதலர் தினம் அன்றே திருமண கோலம் காணப்போகும் தன் நண்பனுக்காக மிகவும் சந்தோஷப்பட்டார் வெற்றி. திருமண விழாவை முடித்துவிட்டு, வெற்றியும் அவரது மனைவியும் மண்டபத்தை விட்டு கிளம்பினார்.

மாலை 4 மணிக்கு திரும்பி வருவதாய் சொல்லிவிட்டு சென்ற மகனும் மருமகளும், 6

மணியாகியும் வீட்டிற்கு வராததால் காமாட்சிக்கு வருத்தம். “என்னதான் நண்பன் திருமணமாக இருந்தாலும், வீட்டில் சின்ன குழந்தை இருக்கும் போது சீக்கிரம் வீடு திரும்பவேண்டும் அல்லவா?” என ஆதங்கப்பட்டார் காமாட்சி.

குழந்தை கணியன் தாயை தேடி அழ ஆரம்பிக்கவே, கடிகாரத்தை பார்த்தார் காமாட்சி. மணி 7!!

அப்போது வேகமாக வீட்டை நோக்கி ஓடி வந்தான் அடுத்த தெருவில் வசிக்கும் ஒரு இளைஞன்.

"ஆத்தா, வெற்றி அண்ணனும் அண்ணியும் செத்துட்டாங்க ஆத்தா" என அழுதுகொண்டே சொன்னான்.

காமாட்சி தான் கேட்ட வார்த்தைகளை சற்றும் நம்பமுடியவில்லை.

"என்ன கண்ணு சொல்லற?!" என பதட்டத்துடன் கேட்டார் காமாட்சி.

"ஆத்தா, இன்னிக்கு கோயம்பத்தூர்ல பல எடத்துல வெடி குண்டு வெச்சிட்டாங்க. சில இடங்கள்ல குண்டு வெடிச்சு, பல பேர் செத்துட்டாங்க. அண்ணனும் அண்ணியும் அந்த வெடியில சிக்கி செத்துட்டாங்க!!" என

முடித்தான் அந்த இளைஞன். 1998 இல் கோவையில் நடந்த குண்டுவெடிப்பு சம்பவத்தில் இறந்த சுமார் 50 பேரில் வெற்றியும், அவர் மனைவியும் அடங்குவர்.!!

மீண்டும் ஒரு பேரிடி செய்தியை தன் வாழ்வில் கேட்க நேரிடும் என நினைத்து பார்த்ததில்லை காமாட்சி. காமாட்சி வரும் முன்னரே போஸுக்கு தகவல் சொல்லப்பட்டுவிட்டது.

"அம்மா..." என கண்ணீர் துளியுடன் பார்த்தார் போஸ்.

அந்த இளைஞன் சொன்னது உண்மை என்பதை அந்த கண்ணீர் காமாட்சிக்கு உணர்த்தியது.

சற்றே மயக்கம் வந்து தடுமாற செய்தார் காமாட்சி ஆனால் அருகில் இருந்த ஒரு கம்பியை பிடித்து தன்னை நிலைப்படுத்திக்கொண்டார்.

கணியன் மீண்டும் அழ ஆரம்பித்தான், இம்முறை காமாட்சியும் சேர்ந்து அழுதார்.

மெல்ல வீட்டிற்கு நடந்து சென்றார் காமாட்சி, அழுகும் பிள்ளைக்கு பாலை ஆற்றி குடித்து பசியை போக்கினார். குழந்தையை

தொட்டிலில் தூங்கவைத்துவிட்டு, இரவு முழுவதும் தன் மகனையும் மருமகளையும் எண்ணி கண்ணீர் சிந்தியபடியே இருந்தார் காமாட்சி. வேறென்ன செய்ய முடியும்!

மகன், மருமகளின் உடல்கள் கூட கிடைக்கவில்லை, குண்டு வெடித்ததில் உடல் சிதறிவிட்ட காரணத்தால்...

மீண்டும் ஒரு சோதனை காலம்! அதையும் கடந்தார் காமாட்சி. தன் பேரனை சுயமாக வளர்த்தார். பள்ளிக்கூடம் அனுப்பி படிக்கவைத்தார், கணியனும் பள்ளியில் சிறந்த மாணவனாக விளங்கினான்.

பத்தாம் வகுப்பு தேர்வில் மாவட்டத்தில் மூன்றாம் இடம் பிடித்தான் கணியன். அடுத்து பாலிடெக்னீக் சேர விரும்பினான், அதற்கு போஸ் உதவினார்.

"வெற்றிக்கு நீங்க என்னை உதவி செய்யவிடலை. ஆனா நான் கணியனுக்கு நான் செய்ற உதவிய, இல்லை என் கடமையை, நீங்க தடுக்க விடமாட்டேன்" என உறுதியாக கூறிவிட்டார் போஸ்.

அடுத்த மூன்றாண்டுகளில் கணியன் நல்ல மதிப்பெண்களுடன் படிப்பை முடிதான், பெரியநாயக்கன்பாளையத்தில் ஒரு இயந்திரம்

உற்பத்தி செய்யும் தொழிற்சாலையில் பணியை துவங்கினான். இப்போது கணியனுக்கு வயது 25. பெரியநாயக்கன்பாளையத்தில், வாரம் ஆறு நாட்கள் சக தொழிலாளர்களுடன் தங்கிவிட்டு ஞாயிற்றுகிழமை மட்டும் காமாட்சியை பார்க்கவருவான். காமாட்சியோ, அம்பு பாட்டி என்று அறியப்பட்டார். அவர் ஊரிலுள்ளவர்கள் மீது செலுத்திய அன்பே அதற்க்கு காரணம். இன்றளவில் காமாட்சி என்ற பெயர் ஊரில் யாருக்கும் தெரியாது, அம்பு பாட்டி என்று சொன்னால் மட்டுமே அடையாளம் தெரியும்.

அடேங்கப்பா?!

வழக்கம் போல் சனிக்கிழமை மாலை காமாட்சியை பார்க்க வந்த கணியன், ஞாயற்றுக்கிழமையை பாட்டியுடன் கழித்தான். திங்கள் அன்று காலை எழுந்து குளித்து கம்பனி சீருடை அணிந்து முடிக்கையில், அம்பு பாட்டி சில தோசைகளையும் தேங்காய்ச்சட்னியையும் அவனுக்கு தயாராக வைத்திருந்தார்.

"பாட்டி, நீ ஏன் பாட்டி சமைச்ச? கம்பெனிக்கு போய் காண்டீன்ல சாப்ட்ருப்பனே" என்றான் கணியன்.

"நான் எப்போ உன்ன சாப்பிடாம அனுப்பிச்சிருக்கேன் கண்ணு. நல்லா சாப்பிட்டுட்டு போ", காமாட்சி அன்புடன் கூறியதை எப்படி கணியன் தட்ட முடியும்?

"பாட்டி. கம்பெனில எனக்கு அடுத்த மாசம் போனஸ் தருவாங்க. அந்த காசுல, உனக்கு ஒரு புடவையும் போனும் வாங்கித்தரேன். சரியா?" பாட்டியை பார்த்து கேட்டான் கணியன்.

"விலை கம்மியா ஒரு புடவை போதும் பா, போன் எல்லாம் வேண்டாம்டா கண்ணு. உன்ன கட்டிக்கப்போறவளுக்கு அதெல்லாம் வாங்கிக்கொடு" என புன்னகையோடு காமாட்சி சொல்லிவிட்டு மீண்டும் சமையற்கட்டிற்கு சென்று தண்ணீர் எடுத்து வந்தார்.

"ம்ம்ம்... தோசை சூப்பரா இருக்கு பாட்டி. ஆனா, ஏன் போன் வேணாமுங்குற? நானும் ரொம்ப நாளா போன் வாங்கித்தர்றேன்னு சொல்லறேன் ஆனா கேட்க மாட்டிங்குறியே!" பதில் கேள்வி கேட்டுவிட்டு, அடுத்த தோசையை கையில் எடுத்தான் கணியன்.

"வேணாம் கண்ணு, எனக்கு அதை பயன்படுத்த தெரியாது. அது போக, இப்பெல்லாம் கண் பார்வை முன்ன மாதிரி இல்லை... அதுனாலதான் கண்ணு சொல்லறேன் எனக்கு போன் வேணாம்" தன் பக்க விளக்கத்தை கொடுத்தார் காமாட்சி.

"சரி பாட்டி உனக்கு விருப்பமில்லாம நான் எதுவுமே செஞ்சதில்லை. இனியும் அப்படிதான்" என சொல்லிமுடித்து, தோசைகளையும் முடித்தான் கணியன்.

"கண்ணு. இன்னொரு வருஷத்துல உனக்கு கல்யாணம் பண்ணிடலாமுன்னு நினைக்கிறேன். உள்ளூர்ல பொண்ணு பாக்கட்டுமா வெளியூருல பாக்கட்டுமா?" கணியன் கல்யாணத்தை பற்றி பேசினார் காமாட்சி.

"முதல்ல உனக்கு கண்ணு பார்வை மங்குதுன்னு சொன்னியே. அத பாப்போம், பொண்ணெல்லாம் அப்புறம் பார்க்கலாம்" என்றான் கணியன்.

"எனக்கும் வயசாகுது, எப்போ பூமிக்குள்ள போவேன்னு தெரியாது! உன் கல்யாணத்தை பார்த்துட்டா, எப்போ வந்தாலும் சாவ சந்தோசமா ஏத்துக்குவேன்" காமாட்சி சொல்ல

"அதெல்லாம் ஆகாது. என் குழந்தைய பள்ளிக்கூடம் நீ தான் கூட்டிப்போய் விடணும். அதுனால இன்னும் ஒரு இருபது வருஷமாவது நீ இருந்தே ஆகணும்" சிரித்துக்கொண்டே சொல்லிவிட்டு விடைபெற்றான் கணியன்.

அவன் சென்ற வழியை வெகு நேரம் பார்த்துவிட்டு, "விளையாட்டு பிள்ளை... இவனுக்கு ஒரு நல்லது நடந்துட்டா போதும்."

என தனக்கு தானே சொல்லிக்கொண்டார் காமாட்சி

அடுத்த சனிக்கிழமை வரை பேரனை பார்க்க காமாட்சி காத்திருக்கவேண்டும்.

குப்பேபாளையம் பகுதியையும் உள்ளடக்கி பணி செய்யும் வங்கி, பரபரப்பாக திங்கள்கிழமையை துவங்கியது. வங்கி என்பது எப்போதுமே பரபரப்பாக இருக்கும் இடம்தானே.

வங்கி மேலாளர், தனது மின்னஞ்சலை திறந்தார். மிகவும் முக்கியம் என குறிப்பிடப்பட்ட ஒரு மின்னஞ்சல் மேலதிகாரியிடம் இருந்து வந்திருந்தது. உடனே அதை திறந்து பார்த்தார். செய்தியை முழுவதும் வாசித்த பின், மக்கள் தொடர்பு அதிகாரியை அழைத்தார்.
"வாசு, என் கேபினுக்கு வாங்க" என்று உரக்கச்சொன்னார்.

சில நொடிகள் ஆகியும், வாசு மேலாளரை பார்க்க வரவில்லை. மேலாளர் வெளியே வந்து

பார்த்தார். வாசு அவரது இருக்கையில் தென்படவில்லை!

"எங்கப்பா வாசு?" என்று பியூனை பார்த்து கேட்டார் மேலாளர்.
"இன்னும் வரலை சார்" என பதில் அளித்தார் பியூன்.
"என்னாச்சு? ஏன் இன்னும் வரலை?" வினவினார் மேலாளர்.
"இது வழக்கம் தான சார். அவரு எப்பவுமே அஞ்சு பத்து நிமிஷம் லேட்டா தான் வருவார்" சொன்னார் பியூன்.
பியோன் சொல்லி முடிக்கையில் வாசு தன் இரு சக்கரவாகனத்தில் வங்கியின் வாசலை தொட்டார். மேலாளர் சற்றே கோபத்துடன் வாசு வண்டியில் இருந்து இறங்குவதை பார்த்தார். இது போதாதென்று, வாசு தன் இரு சக்கரவாகனத்தின் முன்பு "வாசு தி பாஸு" என்று ஸ்டிக்கர் ஓட்டி வைத்திருந்தது மேலாளரின் கோபத்தை அதிகரித்தது.

உள்ளே வருகையில், அனைவரையும் பார்த்து "குட் மார்னிங்" என சொல்லிவிட்டு அவரது இருக்கையில் ஸ்டைலாக அமர்ந்தார் வாசு.

"யோவ், வந்ததே லேட்டா. இது ஸ்டைல் வேற..என் கேபினுக்கு வா யா" என்று மிரட்டலுடன் சொன்னார் மேலாளர்.

சுற்றி இருந்த அனைவரும் சின்னதாக சிரித்தே விட்டனர்.

"இந்த ஆளு மேனேஜர் இல்ல என் இமேஜ் டாமேஜர்" என முனங்கியபடி இருக்கையில் இருந்து எழுந்தார் வாசு.

"யோவ், சீக்கிராம வா யா" என்ற சத்தம் கேட்க வேகமாக நடந்தார் வாசு.

"வாசு, ரொம்ப முக்கியமான டாஸ்க். குப்பேபாளையம் போய், ஒரு லேடியோட ஐடென்டியை கன்பார்ம் பண்ணு, இன்னிக்குள்ள பண்ணு. நான் ஹெட் ஆபீஸ்க்கு ரிப்ளை செய்யணும். நோ டிலேஸ்!!" முடித்தார் மேலாளர்.

தன் கணினியிலிருந்து அடையாளம் உறுதி செய்யப்படவேண்டிய அந்த பெண்ணின் தகவல்களை ஒரு தாளில் அச்செடுத்து தந்தார் மேலாளர்.

"சார், போன் பண்ணினா அவங்களே வந்து கன்பார்ம் பண்ணிடுவாங்க, சிம்பிள்" என வாசு சொல்ல...

"வாங்குற சம்பளத்துக்கு கொஞ்சமாவது வேலை செய்யேன்யா. மக்கள் தொடர்பு அதிகாரியா உருப்படியா ஒரு வேலை இது வரைக்கும் பண்ணியிருக்கியா? எப்பப்பாரு உக்காந்து பெஞ்ச தேச்சுகிட்டு...! போய் சொன்ன வேலைய செய்யா" என கடிந்து கொண்டார் மேலாளர்.
"ஓகே சார்" என முகம் வாடியபடி சொல்லிவிட்டு கேபினை விட்டு வெளியே வந்தார் வாசு.

ஆனால் வெளியே வந்தவுடன் உள்ளே எதுவும் நடக்காதது போல், முகத்தில் ஸ்டைலான சிரிப்பை காட்டினார் வாசு.
பியூன் அருகில் வந்து "சார், நீங்க மேனேஜர் கேபின் போகும்போது கதவை சரியாய் சாத்தாம விட்டுடீங்க! எல்லாருக்கும் மேனேஜர் சொன்னது கேட்டுடுச்சு!!" காதோரமாய் வாசுவிடம் சொல்லிவிட்டு நகர்ந்தார்.
"இட் ஹெப்பேன்ஸ்... மூவ் ஆன் வாசு" என்று தனக்கு தானே சொல்லிக்கொண்டு சீலிங்கை பார்த்தபடி வேகமாக வங்கியை விட்டு வெளியேறினார் வாசு.

இரு சக்கர வாகனத்தை எடுத்துக்கொண்டு குப்பேபாளையம் நோக்கி சென்றார் வாசு.

வாசு நேரே குப்பேபாளையம் சென்று பிரபாகரன் காமாட்சியை பற்றி விசாரித்த அதே டீ கடையில், "அண்ணா... இங்கே காமாட்சினு யாருனாச்சும் இருக்காங்களா? வயசு 70 க்கு மேல"

"யோவ், எத்தனை பேரு யா காமாட்சி யாரு, காமாட்சி யாரு னு கெளம்பியிருக்கீங்க?" டீ கடைக்காரர் சலித்துக்கொண்டார்.
"அண்ணா... பேங்க்ல இருந்து வரங்ணா! நான் மக்கள் தொடர்பு அதிகாரி" என தான் யாரென்று விளக்கினார் வாசு.
"அப்படியா தம்பி. மன்னிச்சுடுங்க, கொஞ்ச நாள் முன்ன தான் ஒருத்தர் காமாட்சி பத்தி விசாரிச்சாரு. அதுனாலதான் அப்டி சலிச்சுக்கிட்டேன். இதே ரோட்டுல கொஞ்ச தூரம் போனீங்கன்னா வலது பக்கம் தெக்க பார்த்த மஞ்ச பெயிண்ட் வீடுங்க" என்றார் கடைக்காரர்.

"ஓ. அது தான் காமாட்சி வீடுங்களா?" என கேட்டபடி பைக்கை ஸ்டார்ட் செய்ய முயன்றார் வாசு.

"இல்லைங்க. காமாட்சி யாருனு என்னக்கு தெரியாது, அப்புறம் எப்படி அவங்க வீடு தெரியும்?!" கடைக்காரர் சொல்ல குழம்பி போனார் வாசு.

"என்னன்னே சொல்றீங்க" விழி பிதுங்கியபடி கேட்டார் வாசு.

" தம்பி காமாட்சி யாருனு என்னக்கு தெரியாது, இது முன்னாடி வந்தவருகிட்ட என்ன சொன்னானோ அதே தான் உனக்கும் சொல்லறேன். இப்போ புரிஞ்சுதா?!" என கடைக்காரர் கேட்க

"யப்பா... வாசு யாரு முகத்துலடா இன்னிக்கு முழிச்ச!!!" என அண்ணார்ந்து பார்த்து நொந்து கொண்டார் வாசு.

வேறு வழிதெரியாமல், கடைக்காரர் சொன்ன அந்த வீட்டிற்கு சென்றார். பிரபாகரன் போலவே, வாசுவிற்கும் காமாட்சி அம்மாவின் வீட்டிற்கு வழி அங்கே கிடைத்தது.

"அந்த வீட்டுக்கு போய். மக்கள் தொடர்பு அதிகாரி என அறிமுகப்படுத்தி கொண்டு,

அப்படியே ஒரு கூல் ட்ரிங்க் வாங்கி குடிச்சிடணும்" என மனதிற்குள் நினைத்து கொண்டு கிளம்பினர் வாசு.

வீடென்று எதிர்பார்த்து சென்ற வாசு பார்த்ததோ முன்புறம் வித விதமாக பானைகள் அடுக்கிவைக்கப்பட்டிருந்த ஒரு சிறு குடிசை.

"அப்போ கூல் ட்ரிங்க்ஸூம் இல்லையா!!" வெசனப்பட்டுக்கொண்டார் வாசு.
குழந்தைகள் சிலர் அங்கே விளையாடிக்கொண்டிருந்தனர்.

குடிசையின் முன் சென்று "இங்க யாருமா காமாட்சி?" என வாசு கேட்க
"காமாட்சி யா.. அப்படி எல்லாம் யாரும் இல்லை..."என உதட்டை பிதுதுகி சொன்னான் ஒரு சிறுவன்.
"வீட்டுல பெரியவங்க இருந்தா கூப்பிடு தம்பி" என்றார் வாசு.
"யார் வீட்டுல? உன் வீட்டுலயா என் வீட்டுலயா?" என சிறுவன் கேட்க.

"இதென்னடா கொடுமை" வானத்தை பார்த்து சொன்னார் வாசு.
"நீ இன்னும் பதிலே சொல்லலை!" சிறுவன் குறுக்கிட்டான்
"உன் வீட்டுல தம்பி" வாசு பதில் சொல்லிக்கொண்டிருக்கும் போதே, அவர் சோர்ந்துவிட்டார்.
"அப்போ ரெண்டு வீடு தள்ளி போய் கேளு" என சொல்லிவிட்டு விளையாட்டை தொடர்ந்தான்.
பூமியை பார்த்தார் வாசு, "யோவ், மேனேஜர். என் மேல உனக்கு என்னயா கோபம். ஏன்யா இங்க என்னை அனுப்பிச்ச?" புலம்ப ஆரம்பித்தார் வாசு.

"தம்பி விளையாடாதடா டாய்" என அதட்டல் தொணியில் சொல்ல
வாசு தனது பந்தை கேட்பதாக நினைத்து "என் பந்து. தரமாட்டேன் போ" என்றான் சிறுவன்.
"டாய் உன்னை....." என கோபமாக வாசு கத்த
"பாட்டி......" என கூச்சலிட்டான் சிறுவன்.

சில நொடிகளில் "என்னாச்சு கண்ணு?" என சொன்னவாறு வெளியே வந்தார் காமாட்சி.

"இங்க யாருமா காமாட்சி?" என வாசு மீண்டும் ஆர்மபித்தார்.
"நான் தான் கண்ணு. என்ன விசயம்?" வினவினார் காமாட்சி.

"அம்மா நான் பேங்க்ல இருந்து வர்றேன். மக்கள் தொடர்பு அதிகாரி. உங்களோட அடையாளத்தை உறுதிப்படுத்த வந்தேன்" விளக்கினார் வாசு.
"அப்படீங்களா? வியர்த்து போய் வந்திருக்கீங்க ஒரு வாய் மோர் குடிக்கிறீங்களா?" என கரிசனத்துடன் கேட்டார் காமாட்சி.
"சரி மா கொடுங்க" என சொல்லிவிட்டு, குடிசையில் இருந்தாலும் அந்த அம்மாவோட மனசு மாளிகை அளவுக்கு பெருசு என நினைத்து கொண்டார் வாசு.
மோரை குடித்து விட்டு, "அம்மா நீங்க எத்தனை வருஷமா இங்க இருக்கீங்க?" என தொடங்கி வழக்கமாய் அடையாளத்தை உறுதிப்படுத்த கேட்கப்படவேண்டிய எல்லா கேள்விகளையும் கேட்டார் வாசு.

அடுத்த பதினைந்து நிமிடங்களில் குறிப்புகளை முடித்துக்கொண்டு "ரொம்ப நன்றி மா" என சொன்னார் வாசு.

"கண்ணு, நீ கூப்பிட்டிருந்தா நானே பேங்க் வந்திருப்பேன். வயசானவள கஷ்டப்படுத்தாம நீ இவ்வளவு தூரம் வந்திருக்க ஒரு வாய் சாப்பிட்டுட்டு போ கண்ணு" என அன்போடு சொன்னார் காமாட்சி.

"நீங்க கேட்டதே போதும் மா. நான் கிளம்புறேன்." வாசு நகர்ந்தார். இத்தனை ஆண்டுகளில் இல்லாத ஒரு உணர்வு ஏற்பட்டது வாசுவுக்கு, அது தன் வேலையை செயலூக்கம் உடைய வகையில் செய்த திருப்தி.

நேரே வங்கிக்கு சென்றார் வாசு, தன் மேலாளரை சந்தித்து குறிப்புகளை சமர்ப்பித்தார்.

வாசுவின் முகத்தில் ஒரு சந்தோசம் தெரிந்தது மேலாளருக்கு.

"என்னயா உன் கிட்ட ஏதோ ஒரு வித்யாசம் தெரியுதே" என குறிப்புகளை பார்த்தபடி கேட்டார் மேலாளர்.

"சார், இனிமே இந்த மாதிரி பீல்ட் ஒர்க் எல்லாம் நானே பாக்குறேன்" என்று சொன்னார் வாசு.

"குட். அப்டி தான் இருக்கணும்" என மேலாளர் ஊக்குவித்தார்.

"சார், இந்தம்மாவை ஏன் போய் பார்க்கசொன்னீங்க. அவளோ முக்கியமா இந்த ஐடென்டிட்டி கன்பார்ம் டாஸ்க்?" வாசு ஆர்வத்துடன் கேட்டார்.

"யோவ், இந்த அம்மாவுக்கு அரசாங்கம் அறுபது லட்சம் கிராண்ட் பண்ணியிருக்கு. அதுக்கு தான் இந்த ஐடென்டிட்டி கன்பார்ம் எல்லாம்..." மேலாளர் சொல்லி முடித்தவுடன் வாசு "அடேங்கப்பா... அறுபது லட்சமா..." என வியந்து போனார்.

வியப்புடன் வெளியே வந்த வாசு "ம்ம்.. நல்லவங்களுக்கு நல்லதுதானே நடக்கும்" என சொல்லிவிட்டு அடுத்த வேலையை பார்க்க சென்றார்.

காமாட்சி அம்மா யாரென்று தெரியாதபோதும், அவருக்கு அந்த பணம் கிடைப்பதில் வாசுவிற்கு மகிழ்ச்சி.

சில நாட்கள் கழித்து;

ஊரில் மிக குறைவாக காணப்படும் அரசு ஊழியர்களில் ஒருவர் தபால்காரர். அது தபால்காரரின் தவறோ அல்லது தபால் துறையின் தவறோ அல்ல. இன்றளவில் யாரும் தபால் மூலம் செய்திகளை பரிமாறுவது இல்லை. நொடிகளில் கைபேசியின் வாயிலாக சேதியை சொல்வதைவிட்டு யார் கடிதம் எழுதுவார்கள்?

தொழில்நுட்ப முன்னேற்றம் நன்மை பயக்கும் போதும், சில பாதகங்களும் சேர்ந்தே வரும்.

உதாரணத்திற்கு, இணையதளம் அனைவருக்கும் பயனுள்ளதாகத்தான் இருக்கிறது ஆனால் நூலகம் சென்று படிக்கும் பழக்கத்தையே அது மறக்கச்செய்துவிட்டது! இருபது வருடம் முன்பு நூலகம் சென்ற இளைஞர்கள் எண்ணிக்கை இன்றை விட மிக அதிகமாக இருந்திருக்கக்கூடும்! மாணவர்கள் தங்களுக்குள் விவாதம் செய்து கற்றுக்கொண்ட காலம் எல்லாம் மலையேறி விட்டது! தொடுதிரைக்குள்ளே அவர்கள் தொலைந்தேவிட்டனர்...! தீபாவளிக்கும் பொங்கலுக்கும் அஞ்சல் அட்டை அனுப்பி

சந்தோசத்தை பகிர்ந்து, பன்மடங்கு அதிகரித்துகொண்டதெல்லாம் என்னவென்றே இந்தகாலத்து சிறுவர்களுக்கு தெரியாது. மாலை வேலை வந்துவிட்டால், மைதானம் சென்று வியர்க்க விறுவிறுக்க வீடு திரும்பும் பிள்ளைகள் இன்று மிகக்குறைவு, காரணம் பிள்ளைகளின் மூளையை ஆன்லைன் விளையாட்டுகள் ஆக்கிரமித்துவிட்டது, மைதானங்களும் ஆக்ரமிக்கப்பட்டுவிட்டன!!! இப்படி பல உதாரணங்களை சொல்லலாம்.

கைபேசி ஒரு அருமையான தொலை தொடர்பு சாதனம் என்பதில் எவ்வித ஐய்யப்பாடுமில்லை. ஆனால், அது கடிதம் எழுதும் பழக்கத்தை அறவே இல்லாது செய்துவிட்டது. விளைவு யாரும் தமிழில் எழுதுவதே இல்லை. பத்து வருடம் முன்பு மிக அழகாய் தமிழ் எழுதியவரின் கையெழுத்து கூட இன்று பிய்த்துப்போட்ட பலகாரம் போல் ஆகிவிட்டது.

குப்பேபாளையத்திற்கு பைக்கில் வந்தார் தபால்காரர். காமாட்சி என்ற பெயர் ஊரில் யாருக்கும் தெரியாதே தவிர, தபால்காரருக்கு

நன்றாக தெரியும் ஏனெனில் தொடர்ந்து பல வருடங்களாக காமாட்சிக்கு கடிதம் வந்துகொண்டிருந்தது.

வழக்கமாக நிதானமாய் வரும் தபால்காரர் இம்முறை சற்றே வேகமாக வந்தார், அவர் பரபரப்பாகவே காணப்பட்டார்.

அவரை வழியில் பார்த்த ஒரு ஊர்க்காரர் "என்ன போஸ்ட் மேன். இந்த பக்கம் வரதே இல்லை!" கேள்வி எழுப்பினார்.

"யாருக்கும் லெட்டர் வரல, அதனால நான் வரல..."என பதில் சொன்னார்.

ஊர்க்காரர் தபால்காரரின் முகத்தில் இருந்த பரபரப்பை கண்டதும் கேட்டார், "என்னங்க ஒரே பரபரப்பா இருக்கீங்க?"

"பரபரப்பு மட்டுமில்ல, படபடப்பும் இருக்கு" என தபால்காரர் சொல்ல...

"அப்படி என்னங்க விஷயம்?" என கேட்டார் ஊர்க்காரர்.

"காமாட்சியம்மா வீட்டுக்கு வாங்க சொல்றேன்...ஓ...காமாட்சி அம்மான்னு சொன்ன உங்களுக்கு தெரியாது! அம்பு பாட்டிவீட்டுக்கு வாங்க" என சொல்லிவிட்டு பைக்கை கிளப்பினார்.

காமாட்சி வசிக்கும் தெருவில் தபால்காரர் வருகிறாரென்றால், காமாட்சிக்கு ஏதோ கடிதம் வந்திருக்கிறதென்று அர்த்தம் கொள்வர் அருகில் வசிக்கும் நபர்கள். காமாட்சி பானை செய்து கொண்டிருந்தார், தூரத்தில் தபால்காரரை பார்த்ததும் புரிந்தது தனக்கு ஏதோ கடிதம் வந்திருக்கிறதென்று.

தபால்காரர் வீட்டினருகே வருவதற்குள், உள்ளே சென்று மோர் எடுத்து வந்தார் காமாட்சி.

"வா கண்ணு. வெயில்ல வந்திருக்க, இந்தா மோர் சாப்பிடு" என்று சொம்பை நீட்டினார் காமாட்சி.

"அம்மா, நான் சொல்லப்போற செய்தியை கேட்டா நீங்க வாழை இலைல விருந்தே வைப்பீங்க..." எனறார் தபால்காரர்.

ஒன்றும் புரியவில்லை காமாட்சிக்கு!!

"என்ன கண்ணு சொல்லற? புரியல!" என்றார் காமாட்சி.

"அம்மா உங்களுக்கு அரசாங்கம் ரூபா அறுபது லட்சம் தரப்போகுது. இன்னும் பத்து நாளுக்குள்ள உங்க பேங்க் அக்கௌன்ட் ல

பணம் வந்து சேர்ந்திடும்" என உற்சாகமாக சொன்னார் தபால்காரர்.

சில நொடிகள் அமைதியாக இருந்த காமாட்சி, "எனக்கு எதுக்கு பா இவ்வளவு பணம் தராங்க?" கேட்டார்

"அதுவா... உங்களோட வீட்டுக்காரருக்கு தந்திருக்கவேண்டிய பணம், ரொம்ப தாமதமா தர்றதுனால வட்டியெல்லாம் போட்டு கணக்குப்பண்ணியிருப்பாங்க, அதுனாலதான் இவ்வளவு பணம்" விளக்கினார் தபால்காரர்.

மோரை குடித்துவிட்டு பைக்கை கிளப்பினார் தபால்காரர். இது போன்ற செய்தியை அவரது இத்தனை ஆண்டுகால அனுபவத்தில் கொண்டு சேர்த்ததே இல்லை.

செய்தி ஒளியின் வேகத்தைவிட விரைவாய் பரவியது...

"ஏய் அம்பு பாட்டிக்கு அறுபது லட்சம் பணம் வரப்போகுதாம்டி...!" என்ற வாக்கியமே ஊரில் உள்ள எல்லா உதடுகளும் உச்சரித்தன.

அதில் பலர் அதற்காக சந்தோசப்பட்டனர், சிலருக்கு குழப்பம், இன்னும் சிலருக்கு பொறாமை...

அம்பு பாட்டியோ மிகவும் அமைதியாக, எந்த ஒரு சம்பவமும் நடக்காது போன்று வெகு எதார்த்தமாக காணப்பட்டார்.

அருகில் குடியிருந்த ஒரு பெண் "பாருடி அம்பு பாட்டியை, அவ்வளவு பணம் கிடைக்கபோகுதுன்னு தெரிஞ்சும் ரொம்ப அமைதியா இருக்கு. அதுதாண்டி குணம். வேற ஒருத்தியா இருந்திருந்தா வானத்துக்கும் பூமிக்கும் குதிச்சிருப்பா" என்று பக்கத்து வீடு பெண்ணிடம் கூறினார்.

"நீ சொல்லறது சரிதாண்டி. அம்பு பாட்டியை பாத்தா யாராவது இத்தனை பணம் வச்சிருக்க ஆளுன்னு ஒதுக்குவாங்களா?... அது போகட்டும், வீட்டுக்கு வெள்ளை அடிக்கணும், அம்பு பாட்டிகிட்ட கைமாத்தா ஒரு ஐயாயிரம் வாங்கிகொடுடி" என்றார்.

"அடியே.. உன் புத்தி ஏண்டி இப்டி போகுது..." என மற்றொரு பெண் சொல்லப்போக, "இப்போ நான் என்ன தப்பாகேட்டுட்டேன்...ரொம்ப

பண்ணாதடி..." எனச்சொல்லி முகத்தை திருப்பிக்கொண்டு போய்விட்டார்.
"போடி போ...", இன்னொரு பெண்ணும் வேகமாக வீட்டினுள்ளே சென்றுவிட்டார்.

பணம் அதிகம் வந்தால், சம்மந்தப்பட்டவருக்கு மட்டும் அல்ல அதே சந்தில் குடியிருக்கும் மற்றவருக்கும் பிரச்சனை வரும் என்பது உண்மையோ?!

பேதம்

கீழ்வெண்மணி சம்பவத்தில் காமாட்சி அல்லாது தப்பிய மற்றொரு நபர் செல்வி. நாகப்பட்டினம் விட்டு குழந்தையுடன் வெளியேறிய காமாட்சி செல்வியுடன் மட்டும் அஞ்சல் மூலமாக தொடர்பிலிருந்தார். கோவை அருகில் வாழ்வை தேடிக்கொண்டதிலிருந்து இன்று வரை தன் வாழ்க்கை நிகழ்வுகளை கடிதம் மூலமாக செல்விக்கு தெரியப்படுத்திக்கொண்டு இருந்தார் காமாட்சி. செல்வியும் தவறாமல் கடிதங்களுக்கு பதில் எழுதுவார், காமாட்சி நலமுடன் இருக்கிறார் என்ற செய்தி அவருக்கு மன நிம்மதி தரும்.

இத்தனை ஆண்டுகளாகியும், இருவரும் தொலைபேசியில் பேசியதும் இல்லை, நேரே சந்தித்துக்கொண்டதும் இல்லை. கடிதம் மட்டுமே அவர்களது தொடர்பு வழியாக இருத்துவந்தது. அஞ்சல் துறையை

உயிர்ப்பித்து வைத்திருந்ததில் காமாட்சிக்கும், செல்விக்கும் பங்குண்டு.

காமாட்சி நாகபட்டினத்தைவிட்டு வெளியேற முடிவெடுத்தவுடன், செல்வியையும் தன்னுடன் அழைத்துச்செல்ல முடிவெடுத்தார். ஆனால் செல்வி மறுத்தார், குழந்தையுடன் இருக்கும் காமாட்சிக்கு கூடுதல் சுமை ஆகிவிடக்கூடாது என்பதற்காக.

வீரவேலு எந்த பெணகள் நல்வாழ்வு ஆசிரமத்தில் செல்வியை சேர்த்தாரோ, அதே ஆசிரமத்தில் தொடர்ந்து வசித்து வந்தார் செல்வி. அவர் திருமணம் வேண்டாம் என்று முடிவெடுத்தார். அவரது நலம் விரும்பிகள் பலர் எடுத்து சொல்லியும், தன் முடிவிலிருந்து மாறவில்லை செல்வி. கடைசி வரை அவர் திருமணம் செய்துகொள்ளவில்லை. செல்வி நாகபட்டினத்திலேயே தொடர்ந்து வசித்தார்.
கோவில் முன்பு பூக்கடை வைத்திருந்த பாட்டியிடம் பூ கட்டுவதையும், பூ மாலை கட்டுவதையும் கற்றுக்கொண்டார். தொடர்ந்து அந்த பாட்டியின் பூ கடையிலேயே, வேலை செய்தார். சொந்தம் இல்லாத அந்த பாட்டியின்

கடைசி காலத்தில் அவருடனே இருந்த பார்த்துக்கொண்டார் செல்வி. அந்த பாட்டி இறந்த பின், பூ கடையை செல்வி தொடர்ந்து நடத்தினார்.

தனக்கு 60 லட்சம் ரூபாய் வரவிருப்பதை இம்முறை எழுதிய கடிதத்தில் குறிப்பிட்டிருந்தார் காமாட்சி.
பெரும் மகிழ்ச்சியோடு அந்த கடிதத்தை படித்த செல்வி, உடனே அருகில் இருந்த கோவிலுக்கு சென்று காமாட்சியின் பெயரில் ஒரு அர்ச்சனை செய்தார். என்றும் இல்லாத சந்தோசத்தை செல்வியின் முகத்தில் கண்டார் கோவில் பூசாரி.

செல்வியின் அருகில் நின்றிருந்த ஒரு பெண்ணிடம் "இவ்வளவு சந்தோஷமா இவாள நான் பார்த்ததே இல்லை" பூசாரி பகிர்ந்தார்.
"உங்கள இப்படி பாக்கறச்சே நேக்கே உற்சாகமா இருக்குறது. என்னம்மா விஷயம்? யாரு காமாட்சி?" வினவினார் பூசாரி.

"சாமி, காமாட்சி என்னோட பால்ய சிநேகிதி. கஷ்டத்தை மட்டுமே பொறப்புல இருந்து

பார்த்த அவளுக்கு ஒரு நல்லது நடந்திருக்கு. அரசாங்கம், அவளுக்கு 60 லட்சம் ரூபாய் தந்திருக்கு. அவ சந்தோசமா இருந்தா அதை விட எனக்கு வேற சந்தோசம் இல்ல சாமி"

புன்னகையோடு விடைபெற்றார் செல்வி.

நவக்கிரகம் சுற்றி முடித்த ஒரு நபர், நேரே பூசாரியிடம் வந்து "பூசாரி அந்த பொம்பள யாரு பேருக்கு அர்ச்சனை செஞ்சுகிட்டு போகா?"
"அண்ணா, காமாட்சிங்கிற பேருக்கு அர்ச்சனை. அவாளுக்கு 60 லட்சம் அரசாங்கம் கொடுத்திருக்காம். உங்களுக்கு தெரிஞ்சவாளா?" பூசாரி கேட்டார்.

"தெரிஞ்சிக்க விரும்பாதவா. வேலையை பாத்துகுடுயா" நகர்ந்தார் அந்த நபர். அவர் வேறுயாரும் அல்ல, காமாட்சியின் மைத்துனர், வீரவேலுவின் தம்பி ராஜகுரு.

ராஜகுரு வீட்டிற்கு சென்றவுடன் தன் மகன் வேலுவை அழைத்து, "உடனே கோவில்ல பூக்கடை நடத்துற செல்விங்கற ஒருத்தி

வீட்டுக்கு போய்கிடு. காமாட்சிங்கிற ஒருத்தியோட விலாசத்தை வாங்கிட்டு வந்துகுடு" தீவிரமான குரலில் சொன்னார் ராஜகுரு.

சரி பா" என்று சொல்லி நகர்ந்தார் வேலு. ராஜகுரு "ஒரு நிமிஷம், விலாசம் இல்லாம என்னை பார்க்கவராத வேலு" என கண்டிப்பாக சொன்னார். தீவிரமான குரலில் சொன்னார் ராஜகுரு. 'சரி பா" என்று சொல்லி நகர்ந்தார் வேலு.

வேலுவிற்கு இதன் முக்கியத்துவம் புரிந்தது "இன்னும் ஒரு மணி நேரத்துல விலாசத்தோட வர்றேன் அப்பா. நீங்க ஓய்வு எடுத்துகுடுங்க" என்றபடி வேகமாக சென்றார் வேலு.

வேலு நேரே கோவிலுக்கு சென்றார், பூசாரியை சந்தித்தார்.

"ஐயரே, இங்குட்டு பூக்கடை வச்சிருக்கும் செல்வி யாரு?" வேலு கேட்டார்.

"அவாளை எதுக்கு கேட்குறீங்க? என்ன விஷயம்?" பதில் கேள்வி கேட்டார் பூசாரி

"ஐய்யர்வாள், மணி அடிக்கிறது, தீபம் காட்டுறது இதெல்லாம் தான் உன் சோலி.

கேள்வி கேட்குறதில்லை! பதில் சொல்லு யா.." என உரக்க சத்தமிட்டார் வேலு.

"செல்வி அம்மா இப்போ வீட்டுல இருப்பா! ரெண்டு தெரு தள்ளி ஒரு ஓட்டுவீடு இருக்கும் அது தான் செல்வி அம்மா வீடு" என பதட்டத்துடன் சொன்னார் பூசாரி.

பூசாரியை பார்த்து ஏளனமாக சிரித்துக்கொண்டே வெளியே சென்றார் வேலு.

பூசாரி கடவுள் சிலையை பார்த்து சொன்னார் "பகவானே, அந்த அம்மாவுக்கு எதுவும் ஆயிடாம பாத்துக்கோ! உன் மேல உள்ள நம்பிக்கை காத்துல போகாம பாத்துக்கோ"

அடுத்த நிமிடம் வேலு செல்வியின் வீட்டை அடைந்தார்.
கதவை தட்ட கூட செய்யாமல், வேகமாக தள்ளி திறந்தார் வேலு. ஒரு அறை உள்ள சிறிய வீடு, ஒரு மூலையில் அடுப்பும், ஒரு பழைய முக்காலி அதன் மேல் ஒரு இரும்பு பெட்டி மட்டுமே இருந்தது. அறையின் நடுவே செல்வி சாப்பிட தயாராகிக்கொண்டிருந்தார்.

"நீ தான் செல்வியா? சீக்கிரம் காமாட்சி விலாசம் குடுத்துகிடு. நேரம் ஆகுது" வேலு வீட்டை நோட்டமிட்டபடியே சொன்னார்.

வேலு யார் என்பது செல்விக்கு நன்றாக தெரியும். "காமாட்சி யா, யாரு காமாட்சி? எனக்கு தெரியாதப்பா" என்றார்.
"இதோ பாரு மா. ஒழுங்கா விலாசத்தை தந்துகிடு, இல்ல நீ அவளவுதான்" என்று சொன்னபடி வேகமாக அந்த இரும்பு பெட்டியை அடித்தார்.
அடித்த வேகத்தில், பேட்டி திறந்து அதனுள் இருந்த ஒரு புடவையும் பற்பல கடிதங்களும் கிழே விழுந்தன.
"அய்யா எனக்கு காமாட்சி யார் என்ற தெரியாது" என மீண்டும் சொன்னார் செல்வி

கோவமாக செல்வியை நோக்கி அடிவைத்தார் வேலு, அவர் வைத்த முதல் அடி கடிதங்கள் மீது. சிதறிய கடிதங்களில் காமாட்சி என்ற பெயர் இருப்பதாய் பார்த்தார் வேலு. குனிந்து ஒரு கடிதத்தை எடுத்து பார்த்தார் அதில் காமாட்சியின் குப்பேபாளையம் விலாசம் இருந்தது. இன்னும் சில கடிதங்களையும்

எடுத்து பார்த்தார், அதிலும் குப்பேபாளையம் விலாசம் இருந்தது.

"உன் கிட்ட இருக்குறதே ஒரு பெட்டிதான், இதை முதலே கொடுத்திருந்தா பெட்டி தப்பிச்சிருக்கும்ல. என்னமா இப்டி பண்ணிட்டு" என்று சொன்னபடி கடிதத்தை சட்டை பைக்குள் வைத்தார் வேலு.

"தம்பி, காமாட்சி ரொம்ப நல்லவ பா. உன் பெரியம்மா பா அவ!" என அழுதபடி வேலுவோடு வர முயன்றார். வேலுவோடு வந்த அந்த நபர் செல்வியை தடுத்தார்.

கடிதத்தை எடுத்துக்கொண்டு வெளியேறினார் வேலு, அவருடன் வந்தவரிடம் "அந்த அம்மாவுக்கு புது பெட்டி ஒன்னு வாங்கி குடுத்துகிடு" என்று சொல்லி நகர்ந்தார்.

தன் இளமை காலத்தில், தந்தை ராஜகுரு, காமாட்சி என்ற பெயரை வன்மத்துடன் பல முறை உச்சரித்திருப்பது வேலுவுக்கு ஞாபகம் வந்தது. செல்வி சொன்னதையும், தன் தந்தையின் கோபத்தையும் ஒப்பிட்டு, காமாட்சி என்பவர் தன் குடும்பத்தின் எதிரி என்ற முடிவுக்கு வந்தார் வேலு.

“வேலு, காமாட்சிங்கிறது உன் பெரியப்பா பொண்டாட்டி (அண்ணி என்று கூற மனமில்லாமல்). காமாட்சி எப்போ நாம குடும்பத்துக்குள்ள வந்தாளோ, அப்போ நம்ம குடும்ப கவுரவம் போச்சு அடுத்து உன் தாத்தா இறந்தார், அப்புறம் உன் பெரியப்பா, பாட்டினு எல்லாரையும் முழுங்கிட்டா அந்த பொம்பள! இப்போ அவளுக்கு 60 லட்சம் அரசாங்கம் தரப்போகுது...! அதைபத்தி எனக்கு கவலை இல்லை. ஆனா எங்க அண்ணண் பொண்டாட்டின்னு அவளுக்கு எந்த அங்கீகாரமும் கிடைக்கக்கூடாது. செய்வியா??" முடித்தார் ராஜகுரு.

"அப்பா நான் உடனே கோயம்பத்தூர் கிளம்புறேன்" என்று சொல்லி விடைபெற்றார் வேலு.

மற்றொரு புறம்; அறுபது லட்சம் அல்ல, வீரவேலுவின் மனைவி என்ற அங்கீகாரம் கிடைத்த மகிழ்ச்சியை காமாட்சியின் முகத்தில் பார்க்க ஆவலாக இருந்தார் பிரபாகரன். மீண்டும் குப்பேபாளையம் பயணித்தார் பிரபாகரன்.

இம்முறை அவருக்கு ஸ்மார்ட் போனின் உதவி தேவைப்படவில்லை. கடந்த முறை வழியை தவறவிட்ட போது உதவி செய்த மனிதர்களின் நினைவோடு, தடை இல்லாமல் வந்து சேர்ந்தார் குப்பேபாளையத்திற்கு.
குப்பேபாளையம் எல்லையில் நுழையும் போது, பிரபாகரன் சென்றமுறை பார்த்து பேசிய பெரியவரின் கண்ணீர் அஞ்சலி போஸ்டர்கள் தென்பட்டன. பிரபாகரனின் முகத்தில் வருத்தம் வெளிப்பட்டது. இரு வாரங்களுக்கு முன் தான் பெரியவர் இறந்து போனார்.

காமாட்சியின் வீட்டருகில் சென்ற போது, கூட்டம் சூழ்ந்திருந்ததை பார்த்தார் பிரபாகரன். காரை அங்கேயே நிறுத்திவிட்டு, கூட்டத்தின் நடுவே நடந்து காமாட்சியின் குடிசையை சேரும்போது யாரோ உரத்த குரலில் வாக்குவாதம் செய்வது । கேட்டது.

நிச்சயமாக அது கொங்குத்தமிழ் அல்ல. சில அடிகளில், காமாட்சியின் குடிசையும் அங்கே இருவர் காமாட்சியை நோக்கி மிரட்டல்

தொனியில் சத்தமிட்டு கொண்டிருப்பதும் தெரிந்தது.

அருகில் சென்ற பிரபாகரன், சத்தமிட்டு கொண்டிருந்த நபரின் தோளை தட்டி, "யாருங்க நீங்க? என்ன பிரச்சனை?" என்றார்.
"யோவ், கூரிருந்தா ஒதுங்கி பொய் நின்னுக்குடு. மரியாதையை காப்பாத்திக்கிடு" என விரலை உசத்தி எச்சரித்தார் வழுக்கை தலை கொண்ட அந்த நபர்.

இருசக்கர வாகனத்தின் மீது அமர்ந்திருந்த மற்றொரு நபர், தன் போனை பார்த்துக்கொண்டே, “பங்காளி, ஒரு இருக்கு இறுக்கிவிடுயா. கிழத்தையெல்லாம் பேசவிட்டுக்கிட்டு" என அலட்சியமாக அதிகாரத்துடன் சொன்னார்.

"யோவ் கிழவா. ஒழுங்கா", பளிச் என்ற சத்தம், பேசுவதை நிறுத்தினர் அந்த நபர். இருசக்கர வாகனத்தின் மீது போனை பாத்துக்கொண்டிருந்த இன்னொருவர் பதட்டத்துடன் வண்டியைவிட்டு கீழே இறங்கினார்.

பிரபாகரனின் ஐந்து விரல்களும், அவர் எதிரே நின்றவரின் கன்னத்தில் பதிந்திருந்தது!

"மரியாதையா சொல்லறேன். சத்தம் போடுறதை நிறுத்திட்டு, என்ன பிரச்சனைனு சொல்லு. இல்ல, இன்னோரு கன்னத்துலயும் என் விரலோட செராக்ஸ் எடுத்திருவேன்"பிரபாகரன் சொன்னார். கூடியிருந்த மக்கள் எல்லோருக்கும், அதிர்ச்சி.

"நீ யாருங்கிறேன்?உரிச்சிபுடுவேன் பாத்துகிடு" கொக்கரித்தார் இருசக்கர வாகனத்திலிருந்து கீழிறங்கியவர்.

இரண்டு நிமிடத்தில்; மூன்று பானைகள், இரு சக்கர வாகனத்தின் உடைந்த கண்ணாடி, சிணுங்கிக்கொண்டிருந்த செல்போன், சில சில்லறை காசுகள், அருகில் பிரபாகரனுடன் சண்டையிட்ட அந்த இருவரும் கிடந்தார்கள்.

"இந்த எடத்துல பெரியவர் இல்லைன்னு கவலைப்பட்டேன், சரியான நேரத்துக்கு இவர் வந்துட்டார். இந்த வயசுல என்ன போடு போடுறாரு. நல்லா வேணும் அவனுகளுக்கு, நம்ம அம்பு பாட்டியை எப்படி பேசுனானுங்க!!"

கூட்டத்தில் இருந்த ஒரு பெண் முணுமுணுத்தார்.

வலியுடன் ஒருவர் எழுந்து அந்த போனை எடுத்தார், "ஹலோ, அந்த கிழவிக்கு ஒருத்தன் சப்போர்ட் பார்த்துகுடு. எங்க ரெண்டுபேரையும் கீழ சாச்சிட்டான் அவன். நம்ம ஜாதி சங்க தலைவர்ட்ட, இந்த ஊரு போலீஸ் கிட்ட பேச சொல்லிகிடு"

இன்னொருவரும் வலியுடன் மேலெழுந்தார். இருவரும் பிரபாகரனிடமிருந்து ஐந்தாறு அடி தள்ளி நின்றார்கள். அதில் ஒருவர் பிரபாகரனை பார்த்து " இரு யா, வருந்த போற பாத்துகுடு" என்றார்.

"ஏய்... சீ... வாய மூடுடா" என கோபத்துடன் ஒரு பார்வை பார்த்துவிட்டு காமாட்சியிடம் சென்று நடந்தது என்னவென்று கேட்டறிந்தார் பிரபாகரன்.
அம்பு பாட்டி சில துளி கண்ணீருடன் நடந்ததை விவரித்து முடித்த அந்த வேளையில், இரண்டு போலீஸ் கான்ஸ்டபிள் அங்கு வந்தார்கள்.

"இங்க யாரு மூர்த்தி?" காவலர் கேட்டார்.
கன்னத்தில் வைத்திருந்த கையை உயர்த்தி, பதிந்திருந்த விரல் ரேகையை காட்டினார்.
"நான் தான் அடிச்சேன்" பிரபாகரன் உரத்த குரலில் சொன்னார்.
"யோவ், எவ்ளோ தைரியம் இருந்த போலீஸ்காரன்கிட்டயே நான் தான் அடிச்சேன்னு சொல்லுவ?! நடயா ஸ்டேஷனுக்கு" என்று சொல்லி பிரபாகரனின் சட்டையை பிடிக்கப்போனார் காவலர். வேகமாக திரும்பி காவலரை ஒரு பார்வை பார்த்தார் பிரபாகரன். காவலர் கால்கள் உடனே நின்றது, சட்டையை பிடிக்க சென்ற கைகள் பின்வாங்கின.

காவலர்கள் வந்த இருசக்கர வாகனத்திலேயே பிரபாகரனை ஏற்றிக்கொண்டு காவல் நிலையம் வந்தடைந்தார்கள். காவலர்கள் உள்ளே செல்லும் முன்பே, பிரபாகரன் காவல் நிலையத்தினுள் சென்றார்.
அங்கே, ஆய்வாளர், உதவி ஆய்வாளர் மற்றும் சில காவலரகள் இருந்தனர். அடி வாங்கிய இருவரும் அதே சமயம் காவல் நிலையம் வந்து சேர்ந்தார்கள்.

அதில் ஒருவர் இன்ஸ்பெக்டரை பார்த்து "சார், இந்த ஆளுதான்..." என சொல்லும்போதே, பிரபாகரன் ஆரம்பித்தார் "இன்ஸ்பெக்டர், என்னோட பெயர் பிரபாகரன். நான் தான் இந்த ரெண்டுபேரையும் அடிச்சேன். பட், அது என்னோட ஸெல்ப் டிபென்ஸ் மட்டும் தான்"
"ஓ.. ஸெல்ப் டிபென்ஸ்னா, அடிச்சிருவியா?! உனக்கென்ன இந்தியன் கமல்னு நெனப்பா? வயசானகாலத்துல ரௌடித்தனமா பண்ணீட்டு திரியற?!" இன்ஸ்பெக்டர் கோபத்துடன் கேட்டார்.
"இன்ஸ்பெக்டர், நடந்தது என்னன்னு ஸ்பாட் ல இருந்தவங்கள கேட்டீங்கன்னா உங்களுக்கே புரியும்" பிரபாகரன் பதிலளித்தார்.

"எனக்கே ஆடர் போடுவியா? பெரிய இவனா நீ?" இன்ஸ்பெக்டரின் கோபம் அதிகரித்தது.

"இன்ஸ்பெக்டர், கொஞ்சம் மரியாதையா பேசுங்க. நானும் கவர்மெண்ட் சர்வீஸ்ல இருந்து ரிடையர் ஆனவன்தான்" பிரபாகரன் தெளிவாக அச்சமின்றி சொன்னார்.

"என்ன யா போஸ்ட் ஆபீஸ் ல மாஸ்டரா இருந்தையா? கலெக்டர் ஆபீஸ் ல கிளார்க் வேலை பாத்தியா? நீ எவனா இருந்தாலும், இந்த ஸ்டேஷன்ல உன்னோட மரியாதைய நான் தான் முடிவு பண்ணுவேன்" மெத்தனமாக கிண்டலுடன் பேசினார் இன்ஸ்பெக்டர்.

"நீங்க சொன்ன டிபார்ட்மெண்ட் இல்ல, பச்சை யூனிபார்ம் டிபார்ட்மெண்ட்" பிரபாகரன் சொன்னார், உடனிருந்த கான்ஸ்டபிளின் புருவங்கள் உயர்ந்தன.
பிரபாகரன் சொன்னதை சரியாக கவனிக்காத இன்ஸ்பெக்டர், "என்னது பப்ளிக் யூனிபாரமா? என்ன யா சொல்லுற?"

"என் தோளுல கிராஸ்ஸ்வார்ட் பாடன் அப்புறம் ஒரு 5 ஸ்டார் பேட்ஜ் இருக்கும்" ஸ்டேஷனில் உள்ள அனைவருக்கும் கேட்கும் படி சொன்னார் பிரபாகரன்.

சப் இன்ஸ்பெக்டர் **UPSC** எக்ஸாம் எழுதுவதற்காக பயிற்சி எடுத்துவருவதால் அவருக்கு, பிரபாகரன் ஒரு மேஜர் ஜெனரல் என்பது புரிந்தது. உடனே சப் இன்ஸ்பெக்டர்

தனது போனில் மேஜர் ஜெனரல் பிரபாகரன் என தேடுபொறியில் பார்த்தார். பிரபாகரனின் மிலிட்டரி யூனிபார்ம் போட்டோக்கள் பல பட்டியலாக வந்தது.

"என்னயா ஸ்கூல் பையன் மாதிரி பேட், பேட்ஜ்னு பொலம்புற?!" இன்ஸ்பெக்டர் சொல்லும்போது, உடனிருந்த சப் இன்ஸ்பெக்டர் "சார், அவரு மேஜர்" என காதருகில் சென்று சொன்னார்,

"யோவ், என்னயா மேஜர் மைனர்னு..." சலித்துக்கொண்டார் இன்ஸ்பெக்டர்.
"சார், அவரு மேஜர் ஜெனரல்... மிலிட்டரி...!" என வேகமாக சொன்னார் சப்-இன்ஸ்பெக்டர், போனின் தொடுதிரையை காண்பித்தார்.
அன்றைய தினத்தின் முதல் வியர்வை துளி இன்ஸ்பெக்டர் நெற்றியில் தென்பட்டது.

அடுத்த வினாடி "சார், உக்காருங்க சார். மன்னிச்சிடுங்க சார், நீங்க மேஜர்ன்னு தெரியாம பேசிட்டேன்" கனிவான குரலில் பேசினார் இன்ஸ்பெக்டர்.

"சார், அந்த ஆள உள்ள போடாத பேசிகிட்டிருக்கீக!" என்றார் பிரபாகரனிடம் அடி வாங்கிய அந்த நபர்.

"யோவ், பேசாம இரு யா! உன்ன தான் மொதல்ல உள்ள வைக்கணும். இனிமேல், இந்த மாதிரி பெரிய மனுஷங்க கிட்ட வெச்சுக்கிட்ட வெளுத்துடுவேன். கான்ஸ்டபிள், அந்த ஆள வெளிய தூரத்து யா" பிரபாகரன் பக்கம் பேசினார் இன்ஸ்பெக்டர்.

பிரபாகரன் இன்ஸ்பெக்டரை பார்த்து "ஒரு மிலிட்டரிக்காரன் பிரச்னையென்ன தெரியுமா. உயிரை கொடுக்க துணிஞ்ச அவனுக்கு நல்லவங்களுக்காக சாகப்போறமா, கெட்டவங்களுக்காக சாகப்போறமான்னு தெரியாது! எதிரிகள் எல்லைக்கு வெளியிலதான் இருக்காங்கன்னு நம்பிகிட்டு நிப்பான்" என்று கூர்மையான பார்வையுடன் சொல்லிவிட்டு ஸ்டேஷனை விட்டு வெளியேறினார். இன்ஸ்பெக்டரின் தலை குனிந்தது.

ஸ்டேஷனுக்கு வெளியில் கண்ணீருடன் நின்றுகொண்டிருந்த காமாட்சி "ஐயா, அந்த ரெண்டு பிள்ளைகளுக்காக நான் மன்னிப்பு கேட்டுக்குறேன்", பிரபாகரனை பார்த்து சொன்னார்.

"நீங்க ஏன் மன்னிப்புகேட்கனும்? அவனுகள சும்மா விடவேகூடாது" என்றார் பிரபாகரன்.

"அங்க வழுக்கைத்தலையோட நிக்கிறானே, அவன் வேற யாரும் இல்ல என் வீட்டுக்காரரோட தம்பி மகன். அவன் பெயரும் வேலு தான், என் வீட்டுக்காரர் மேல உள்ள மரியாதையால என் கொழுந்தனார் அவரு பையனுக்கு அண்ணன் பேரையே வச்சாரு. இவங்களோட சாதி மோகம் மட்டும் இங்க பிரச்னையில்ல, நான் இவங்க குடும்பத்தோட கறைன்னு நினைக்கிறாங்க. அந்த எண்ணம் நீங்கிடிச்சுன்னா என்னை நிச்சயமா அவங்கள்ல ஒருத்தரா ஏத்துக்குவாங்க. என்னை பொறுத்தவரைக்கும், அவங்க என்னை மனுஷியா ஏத்துக்கிட்டா அதுவே போதும்" கண்ணீரை துடைத்தவாறு சொன்னார் காமாட்சி.

வசை பாட வந்தவனையும் விட்டுக்கொடுக்காத காமாட்சியின் மேல் பிரபாகரன் வைத்திருந்த மரியாதை மலை அளவு உயர்தந்து.

"இவ்வளவு அன்பு சக மனிதர்கள் மீது செலுத்தமுடியும்னா, நாடுகளுக்கு நடுவில் எல்லையே தேவையில்லையே" தனக்குள் யோசித்தார் பிரபககரன்.

"**Mr** வேலு, நீங்களும் அவரும் காமாட்சியம்மா வீட்டுக்கு வாங்க" என்று பிரபாகரன் காமாட்சியை வசை பாடிய இருவரையும் அழைத்தார்.

'இதென்ன கேடு**?!** மிதியும் கொடுத்து, மரியாதையும் கொடுக்குறானுவ' மனதுக்குள் நினைத்துக்கொண்டார் வேலு. "ஏலேய், வண்டிய அந்த பொம்ப..."என்று வேலு சொல்லும்போது பிரபாகரன் பார்வை வேலுவின் மேல் பட்டது, "அந்த அம்மா வீட்டுக்கு விடு" என்று மாற்றிச்சொன்னார் வேலு.

எல்லோரும் காமாட்சியின் குடிசையை சென்றடைந்தனர்.

குடிசையை அடைந்தவுடன், வேகமாக உள்ளே சென்று அனைவருக்கும் தண்ணீர் எடுத்து வந்தார் அம்பு பாட்டி. இறுக்கமாக இருந்த அனைவரின் முகம் சற்றே இளகியது.

அக்கம்பக்கத்தார் சிலர் அம்பு பாட்டியின் குடிசையை சூழ்ந்து நின்றுகொண்டிருந்தனர். “உங்க எல்லாருக்கும் சொல்றேன், 1971 ஆம் வருஷத்துக்கும் இங்க யாருக்கு சம்பந்தம் இருக்கோ இல்லையோ, இந்த காமாட்சியம்மாவுக்கு சம்பந்தம் இருக்கு.” உரக்கச்சொன்னார் பிரபாகரன்.

1971

முதல் ஒருநாள் சர்வதேச கிரிக்கெட் போட்டி ஆஸ்திரேலியா மற்றும் இங்கிலாந்து இடையே மெல்போர்ன் கிரிக்கெட் மைதானத்தில் நடைபெற்றது. ஆஸ்திரேலியாவின் கிரிக்கெட் வரலாற்றில் அது மறக்க முடியாத வருடமாக மாறியது.

அப்பல்லோ **14,** அமெரிக்காவால் வெற்றிகரமாக செயல்படுத்தப்பட்டது. அமெரிக்கர்கள் மூன்றாவது முறையாக வெற்றிகரமாக நிலவில் கால் தடம் பதித்தார்கள், உலகம் வியப்பில் ஆழ்ந்தது. நிலவில் அமெரிக்க கொடி பறந்தது, அதை விட உயரத்தில் அமெரிக்காவின் புகழ் உலகெங்கும் பறந்தது. 1971 வருடம் அமெரிக்க வரலாற்றில் முக்கியமான ஒன்றாக ஆனது.

சுவிட்சர்லாந்து, ஆண் பெண் குழந்தைகள் பெரியவர் என்று பேதமின்றி அனைவரும் செல்ல விரும்பும் ஒரு நாடு. ஆனால், சுவிட்சர்லாந்தில் பேதம் இருந்தது; பல ஆண்டுகளாக பெண்களுக்கு ஓட்டுரிமை

மறுக்கப்பட்டு வந்தது! 1959 இல் பெண்களுக்கு ஓட்டுரிமை தர சட்டமொன்றை இயற்ற சுவிட்சர்லாந்து பாராளுமன்றத்தில் வாக்கெடுப்பு நடந்தது, அந்நாள் சபையில் இருந்த எழுபது விழுக்காடு ஆண்கள் அந்த சட்டத்திற்கு எதிராக வாக்களிக்கவே பெண்களுக்கு ஓட்டுரிமை மறுக்கப்பட்டது. காட்சிகளும், காலமும் மாறித்தானே ஆக வேண்டும், 1971 மீண்டும் சுவிட்சர்லாந்து பாராளுமன்றத்தில் வாக்கெடுப்பு நடந்தது, இம்முறை அந்த சட்டத்திற்கு பெரும்பான்மை கிடைக்கவே, பெண்களுக்கு சுவிட்சர்லாந்தில் ஓட்டளிக்கும் உரிமை கிடைத்தது. 1971 சுவிட்சர்லாந்து பெண்களின் உரிமைகளை நிலைநிறுத்தியது.

ஜனதா விமுக்தி பெறமுண என்ற புரட்சி இயக்கத்திற்கு சிலோன் அரசாங்கம் 1971 இல் இரண்டு பொது மன்னிப்புகளை அறிவித்தது, கிளர்ச்சியாளர்களை சரணடைய ஊக்குவித்தது. உணவு, மற்றும் ஆயுதங்கள் பற்றாக்குறையால், பல இளைஞர்கள் சரணடைந்தனர்; மற்ற குழுக்கள் சுற்றி வளைக்கப்பட்டன. இரண்டு முக்கியமான

தலைவர்கள், சனத் மற்றும் சுசில் ஆகியோர் கொல்லப்பட்டனர்; பல இளைஞர்கள் பல மாதங்களாக புனர்வாழ்வு முகாம்களில் வைக்கப்பட்டனர். இந்த காலத்தில் அனைத்து உள்நாட்டு மற்றும் வெளிநாட்டு செய்திகளுக்கும் அரசாங்கம் கடுமையான தணிக்கை விதித்தது. இரத்தக்கறைகள் இலங்கையின் 1971 -இன் வரலாற்றுப்பக்கங்களிலும் இருக்கவே செய்தது.

இது போல் ஒவ்வொரு நாடும் ஏதோ ஒரு காரணத்திற்காக 1971 ஆம் வருடத்தை ஞாபகம் வைத்திருக்கும். இந்தியாவிற்கும் பல காரணங்கள் உண்டு அதில் முக்கியமான ஒன்று; வங்காளதேச விடுதலை போர்!!

முகத்தில் சிரிப்பை காட்டினாலும், பாகிஸ்தானின் மொத்த அமைச்சரவைக்கும் உள்ளே திகிலையும் மூளையில் வலியையும் தந்து கொண்டிருந்தது கிழக்கு பாகிஸ்தானின் புரட்சி. நாளுக்கு நாள் புரட்சியின் தீவிரமும், கிளர்ச்சியாளர்களின் எண்ணிக்கையும் கூடிக்கொண்டே போனது, இது

பாகிஸ்தானுக்கு மேலும் தலைவலியை கொடுத்தது. சர்வதேச அரங்கில், நாளிதழ்களில், கிழக்கு பாகிஸ்தானில் நடக்கும் புரட்சியை கட்டுப்படுத்தமுடியாத பாகிஸ்தானின் இயலாமை நகைப்புக்கு உள்ளானது. சகோதர நாடான இந்தியாவிற்கு கேடு விளைவிப்பதில் காட்டிய மும்முரத்தில் பாதியை மக்களின் உணர்வுகளை, புரிந்துகொள்ள செலவிட்டிருந்தால், பாகிஸ்தானின் வரலாற்றில் இன்றளவும் கருப்புப்புள்ளியாக பார்க்கப்படும் வங்காள புரட்சியை தவிர்த்திருக்கக்கூடும்.
அன்புக்கரம் நீட்டினால், ஆயுதத்தால் சூடு வைப்பது பாகிஸ்தானுக்கு புதிதல்லவே!

1971 அளவில், பாகிஸ்தான் அரசுக்கு ராணுவம் கட்டுப்பட்டதாக தெரியவில்லை மாறாக ராணுவம் எடுத்த முடிவுகளை பாகிஸ்தான் அரசு ஆமோதித்தது. இன்றளவும் அது நிஜமோ?!

சர்வதேச அரங்கு இப்படியிருக்க, சகலமும் தன் குடும்பம் மட்டுமே என வாழ்ந்துவந்த காமாட்சி தன் வாழ்க்கையின் சந்தோசமான

தருணங்களை ரசித்துக்கொண்டிருந்தாள். அன்பான கணவன், அழகான மகன், சாதாரண வாழ்க்கையும் அவளுக்கு சொர்க்கம் போல தோன்றியது, ஏனெனில் வறுமையும் வரையறுக்கப்பட்ட சாதி கோட்பாடுகளையும் கொண்ட அவளது இறந்தகாலம் அப்படி.
வீரவேலு, காமாட்சியின் கணவன் மட்டுமல்ல அவள் நெஞ்சில் குடியிருக்கும் தெய்வமும்தான்.

நாகப்பட்டினம் தான் வீரவேலுவின் பூர்வீகம். நல்ல வசதியான குடும்பத்தின் முதல் வாரிசு, அவருக்கு இரு தம்பிகளும் உண்டு. அண்ணன் மீது அளவுகடந்த மரியாதையும், அன்பும் கொண்டிருந்தனர் இரு தம்பிகளும்.

தந்தை பெயர் வைத்தியலிங்கம், ஊரில் உள்ள பணம் படைத்த பெரியமனிதர்கள் பட்டியலில் முதல் மூன்று இடங்களில் எப்போதும் இடம்பெறுபவர், பெரும் பணம் சொகுசை மட்டும் தரவில்லை, சர்க்கரை வியாதியையும் சேர்த்தே தந்தது. தாய் சந்திரா, வீட்டில் அவர் வைத்தது தான் சட்டம், அவர் பேச்சுக்கு மறுபேச்சு இல்லை! கணவனும் மூன்று

மகன்களும் மட்டுமே அவரது வாழ்க்கை. தன் பேச்சை மறுக்காமல் குடும்பம் மதித்து நடக்கவேண்டும் என்று நினைப்பவர். ராஜகுரு, சீதாராமன் இரண்டு தம்பிகளும் அண்ணன் மீது பேரன்பும் பெருமதிப்பும் கொண்டவர்கள்.

தன்னை சுற்றியிருப்பவர், மற்றவர் சொல்லும் பாதையில் கேள்வியில்லாது பயணம் செய்தபோது, "ஏன், எதற்காக" என்ற கேள்விகளுடன் பகுத்தறிவுப்பாதையை முன்னெடுத்தார் வீரவேலு. பகுத்தறிவு அவருக்கு முற்போக்கு சிந்தனைக்கு வழிவகுத்தது.

தனது கருத்துகளை எடுத்துரைப்பதிலும், தான் ஏற்கும் கருத்துகளை ஆதரிப்பதிலும் தயங்கியதில்லை வீரவேலு. இந்த சம்பவமே அதற்கு சான்று; ஒரு முறை கல்லூரியில், கோவில்பட்டி வேளாண் வட்டார ஆராய்ச்சி நிலையம் என்ற ஒரு அரசு நிறுவனத்தில் இருந்து வந்த ஒரு இளம்விஞ்ஞானி செயற்கை பூச்சிக்கொல்லியின் சாதக பாதகங்களை கருத்தரங்கில் பகிர்ந்து கொண்டிருந்தார். கருத்தரங்கக்கூடம் வழியாக வந்த வீரவேலு,

என்ன கருத்தரங்கம் என்று பார்க்க உள்ளே வந்தார், அந்த இளம்விஞ்ஞானியின் பேச்சு அவரை கவர்ந்தது.

அங்கிருந்த பல மாணவர்கள், ஏன் பேராசிரியர்கள் கூட அந்த விஞ்ஞானியின் செயற்கை பூச்சிக்கொல்லியின் ஆபத்து நிறைந்தது என்ற கூற்றை ஏற்க மறுத்து நகைத்தனர், ஆனால் வீரவேலு அந்த விஞ்ஞானியின் கருத்தை தைரியமாக முன்வந்து ஆமோதித்தார். கருத்தரங்கு முடிந்ததும், அந்த விஞ்ஞானியை சந்தித்து சில நொடிகள் பேசினார்.

"உங்க நிலைப்பாடு சரிதான்னு படுது. பை தி வே, நான் அக்ரி மேஜர் இல்ல. இங்க லிட்டரேச்சர் படிக்கிறேன். எனக்கு ராணுவத்தில் சேர்ந்து பணி செய்வது குறிக்கோள்" என சொன்னார் வீரவேலு.
"இஸ் இட்? ரொம்ப சந்தோசம். நாட்டுக்கான சேவை, உங்களுக்கு பெருமைசேர்க்கட்டும். ஆல் தி பெஸ்ட். உங்க பேரு? " கேட்டார் அந்த விஞ்ஞானி.

"சாரி. என் பேர சொல்லமறந்துட்டேன். ஐ அம் வீரவேலு. அண்ட் யு?" வீரவேலு பதில் கேள்வி எழுப்ப.

"ஐ அம் நம்மாழ்வார். நைஸ் வி மெட்" என்று அறிமுகம் செய்துகொண்டார் இளம்விஞ்ஞானி.

"நான் ராணுவத்துல சேர்ந்து நிலப்பரப்பை காப்பாத்த முயற்சி செய்வேன். நீங்க நிலத்தையும், நிலத்தோட வளத்தையும் காக்க முயற்சி செய்ங்க" என புன்னகையுடன் சொன்னார் வீரவேலு.

"நிச்சயமா. அது என் கடமை, என் வாழ்க்கையை அதுக்காக அர்ப்பணிக்க ஏற்கனவே முடிவு பண்ணிட்டேன்"என்று கூறியபடி கடிகாரத்தை பார்த்தார் நம்மாழ்வார்.

"பஸ்ஸுக்கு நேரம் ஆகுது, நான் கிளம்பறேன். ஆல் தி பெஸ்ட்" என விடை பெற்றார்.

"டு யு டூ" என சொல்லி நகர்ந்தார் வீரவேலு.

கல்லூரிப்படிப்பை முடித்தவுடன் ராணுவத்தில் சேர்ந்தார் வீரவேலு. வருடங்கள் சென்றன, அவரது நேர்மையான உழைப்பும், வீரமான செயல்பாடுகளும் அவருக்கு கேப்டன் வீரவேலு என்ற அதிகாரத்தை தேடித்தந்தது.

வருடம் ஒரு முறை மட்டுமே வீரவேலுவுக்கு விடுமுறை, அந்த விடுமுறை முழுவதையும் தனது குடும்பத்திற்காக மட்டுமே ஒதுக்கத்தவறியதில்லை வீரவேலு.

தன் முன் இருக்கும் மனிதரை, சாதி மத பாகுபாடின்றி மரியாதையோடு நடத்துபவர் வீரவேலு. அதன் காரணமாகவே ஆதரவில்லாமல் போன, இல்லை! ஆதரவுகள் அழிக்கப்பட்டு நிர்கதியாகிப்போன பெண்ணை பெயர் என்னவென்று கூட கேட்காமல் திருமணம் செய்ய முன்வந்தார் வீரவேலு.

வீரவேலு காமாட்சியை மணந்தது அவர் குடும்பத்திற்கு பேரதிர்ச்சியாக விழ. சந்திரா வீரவேலுவை பார்க்கக்கூட விரும்பவில்லை! வைத்தியலிங்கம், தன் முழு உடலையும் சர்க்கரை நோய் ஆட்கொள்ள, வியாதியிடம் சரணடைந்தார் மிக விரைவில் சவமாகவும் ஆகிப்போனார்! நான்கு விதமாக பேசுபவர் ஊரில் எங்கும் உண்டு, ஆனால் அவரகள் நல்லவற்றை பேசுவதில்லையே! வீரவேலு ஒரு தாழ்த்தப்பட்ட பெண்ணை மணந்ததே வைத்தியலிங்கத்தின் இறப்புக்கு காரணம் என

வழிப்போக்கில் வார்த்தைகளாய் சிந்திவிட்டு போனார்கள் உறவினர்கள்! இல்லை, மூளையை மூட நம்பிக்கையிடம் அடகுவைத்த மூடர்கள். மூடர்களின் வார்த்தைகள், சந்திராவின் மனதில் காமாட்சியின் மீது வெறுப்பை வளர்த்தது. வன்மமும் வெறுப்பும், நெருப்பை காட்டிலும் ஆபத்தானது என்பது உண்மைதான். தன் உள் இருந்த வெறுப்பை, ராஜகுரு, சீதாராமனிடமும் கொண்டு சேர்த்தார் சந்திரா. இருவரும், காமாட்சியை எதிரியாக மட்டுமே பார்க்க ஆரம்பித்தனர் .

காமாட்சியை மணந்த காரணத்தினால் தனது சொந்த பந்தங்கள் ஒதுக்கியபோதும், ஒரு நாளும் அதற்காக கலங்கியதில்லை வீரவேலு. தன் ஆசைத்தம்பி ராஜகுருவின் திருமணத்திற்கு கூட அழைப்பு வரவில்லை என்றபோதும், மனதளவில் தம்பதிகளை வாழ்த்தினார். வருத்தம் உள்ளத்தை நிரப்பியிருந்தும், விழிகளில் அதை காட்டவில்லை, அவரது வருத்தத்திற்கு காமாட்சியின் உறவு காரணம் என காமாட்சி நினைத்துவிட கூடாது என்பதற்காக.

ஒரு முறை, அவரது திருமணம் முடிந்த சில நாட்களில், ஒரு உறவுக்காரர் வீரவேலுவை பார்கவந்திருந்தார்.

"என்ன பா இப்படி பண்ணிட்டு! சாதி சனம் இல்லாம எப்படிப்பா, உன் நல்லதுக்காக சொல்லுறேன். அந்த பொண்ணு வேண்டாம் பா, உமக்கென்ன பொண்ணா கிடைக்காது!!" என சொன்னபோது.

"அறியாமைல இருக்குறவங்க அறிவுரை சொல்லறத்துக்கு முன்னாடி, அறிவை வசப்படுத்தணும் பகுத்தறிவையும் வழக்கமாக்கிக்கணும்" என்று பதிலளித்தார்

"என்ன சொல்லிட்டு, புரியலையே" என முழித்தார் அந்த உறவுக்காரர்.

"எனக்கு சாதி வேண்டாம், சனம் மட்டும் போதும். இப்போ புரியுதா?" வீரவேலு சொன்னார்.

"இது சரியில்லட்டு! சாதிய பகைக்காத வேலு" எச்சரித்தார் அந்த நபர்.

"என் பேரு சுப்பிரமணி இல்லேங்கிறதுக்காக, முண்டாசு கட்டலேங்கிறதுக்காக, என்னை தப்பா எடைபோடாதே" என, சுவற்றில் ஒட்டப்பட்ட பாரதியார் படத்தின் மீது தன்

உள்ளங்கையை வைத்து உரக்கச்சொன்னார் வீரவேலு. தடுமாற்றம் இல்லாத முடிவுகளை எடுப்பதும், எடுத்த முடிவில் திடமாக நிற்பதும் வீரவேலுவின் வழக்கம்.

1971 ஆம் வருடம், ஒரு மாத விடுமுறையில் தன் மனைவியையும் தன் செல்ல மகனையும் பார்க்க வந்தார் வீரவேலு.

தன் தம்பி ராஜகுருவிற்கு, இரண்டு வாரங்களுக்கு முன்பு, ஒரு ஆண் குழந்தை பிறந்திருப்பதை அறிந்தார். அந்த குழந்தையை பார்க்க அவர் ஆவலாய் இருந்தார். வீட்டிற்கு சென்ற போது, அவரது தாய் வீரவேலுவை அனுமதிக்க மறுத்தார்! ஏமாற்றத்தோடு திரும்பிய அவர், வழியில் ஒரு சிநேகிதனை பார்த்தார்.

"வேலு, எப்படி பா இருக்க?" சிநேகிதன் விசாரித்தார்.

"நல்லா இருக்கேன் சுந்தரம். நீ எப்படி இருக்க?" என்று கேட்டார் வீரவேலு.

"ஏதோ இருக்கேன் பா, உன் தம்பிய நேத்து பார்த்தேன். அவன் குலத்திற்கு உன் பேரு தான் வெச்சிருக்கானு பெருமையா, சந்தோசமா சொன்னான். நீ குழந்தையை பார்த்தியா?"

சிநேகிதன் சொன்னதை கேட்டவுடன் வீரவேலுவிற்கு அளவற்ற மகிழ்ச்சி.

நேரே வீட்டிற்கு சென்று "காமாட்சி, விஷயம் தெரியுமா?" என கேட்டவாறு புன்னகையுடன் உள்ளே நுழைந்தார் வீரவேலு.
வீரவேலுவை பார்த்தவுடன், காமாட்சி கேட்டார் "என்ன விஷயங்க? சந்தோசமா இருக்கீங்க..."
“என் தம்பி குருவுக்கு ஆண் குழந்தை பிறந்திருக்கு. என் பேருதான் வச்சிருக்கான்” மகிழ்ச்சி பொங்க சொன்னார் வீரவேலு
“ரொம்ப சந்தோசம். குழந்தையை பார்த்தீங்களா?” வினவினார் காமாட்சி.
“இல்லை காமாட்சி!” முகம் வாடியபடி சொன்னார் வீரவேலு. காமாட்சிக்கு நடந்தது என்னவென்று புரிந்தது.
மறுகணமே “என் மேல எவ்வளவு அன்பு வெச்சிருக்கான் பாரு, இந்த ராஜகுரு” தன் தம்பியை நினைத்து பெருமைகொண்டார்.

பல வருத்தங்கள் அவர் மனதோடு இருக்க, தன் குழந்தையின் சிரிப்பில் வருத்தங்களை வாடையோடு பறக்கவிட்டார். அனு தினமும் தன் செல்ல மகனின் அருகாமையிலேயே

நேரத்தை செலவழித்தார், மழலை கொஞ்சும் தமிழினை கேட்டு ரசித்தார்.
ஏழையின் சிரிப்பில் இறைவனை காண்பதும், மழலையின் மொழியில் மனக்கவலை மறப்பதுவும் உண்மையே.

விடுமுறை முடிவுக்கு வந்தது. எல்லையில் காக்கும் பணியை விட, ஒவ்வொரு விடுமுறை முடியும் போதும் காமாட்சியின் கண்ணீரை கடந்து போவது மிகக்கடினமாக இருந்தது வீரவேலுவிற்கு.

யாருக்குமே தெரியாது, ஏன் வீரவேலுவுக்கும் கூட தெரியாது அவர் தனது கடைசி விடுமுறையிலிருந்து விடுபட்டு செல்கிறார் என்று.

நாகப்பட்டினத்தில் இருந்த வீரவேலு இனிமையாக புன்னகை பூக்க பேசுபவர், தமாஷாக விட்டடித்து சிரிக்க வைப்பவர். ஆனால், ராணுவ முகாமில் இருக்கும் கேப்டன் வீரவேலு மிகவும் கண்டிப்பானவர் அவரிடம் பயிற்சி எடுக்கும் வீரர்களுக்கு அவர் ஒரு சிம்மசொப்பனம்.

காலை எழுந்தவுடன் மனைவி, மகன் இருக்கும் புகைப்படத்தை பார்த்து விட்டு, தினத்தை தொடங்குவார், இரவு தூங்கும் முன் தன் அறையிலுள்ள சுவற்றில் அவர் எழுதி வைத்த கவிதை

'நாளை உன் விழி உயிர்த்திருந்தால்,
விடியலுக்கு நன்றி சொல்'

அதை வாசித்துவிட்டு உறங்குவார்.

இந்தியா, பாகிஸ்தான், இரு நாடுகளும் கிழக்கு பாகிஸ்தானில் நடக்கும் புரட்சியையும் கிளர்ச்சியாளர்களின் நகர்வுகளையும் கூர்மையாக கவனித்து வந்த வேளையில், இந்திய ராணுவம் விழிப்புடனும் முனைப்புடனும் செயல்பட்டது.

இந்திய ராணுவம் வீரர்களின் எண்ணிக்கையை அதிகமாக்கியது, இளம் அதிகாரிகள் தேர்வு செய்யப்பட்டு பணியில் அமர்த்தப்பட்டனர். அப்படி புதிதாய் ராணுவத்தில் சேர்ந்த ஒரு இளம் அதிகாரிகளின் குழுவிற்கு ராணுவப்பயிற்சி அளிக்கும் பணியில் ஈடுபட்டார் வீரவேலு.

ஒரு பயிற்சி நாளில், PT -76 என்ற பீரங்கியை பற்றி இளம் அதிகாரிகளுக்கு விரிவுரை தந்து கொண்டிருந்தார் வீரவேலு.

“ரஷ்ய PT-76 என்பது 1950 களின் முற்பகுதியில் உருவாக்கப்பட்ட நீரிலும், நிலத்திலும் செல்லக்கூடிய இலகுரக, பீரங்கி. இதை இயக்க மூன்று வீரர்கள் தேவை.

பீரங்கியில் மூன்று பெட்டிகளுடன் ஒரு பற்றவைக்கப்பட்ட எஃகு உமி உள்ளது. டிரைவர் முன் பெட்டியில் அமர்வார். பீரங்கியின் தலைவர் இடதுபுறம் அமர்வார், மற்றோரு வீரர் வலதுபுறம் இருப்பர். பீரங்கி 15 மிமீ தடிமனான எஃகு கவசம் கொண்டது. இரட்டை ஹட்சில் ஒரு வட்டக் குபோலா கண்காணிப்பு சாதனங்களைப் பயன்படுத்த அனுமதிக்கிறது. குழு வெளியேறுவதற்கு ஓட்டுநர் இருக்கையின் கீழ் அவசர புழைவாய் வழங்கப்பட்டுள்ளது. வீரர்கள் நெருக்கடி நிலையில் தப்பிக்க இது உதவும்.

முன்புறத்தில் இருக்கும் கத்தி நீரின் செயல்பாடுகளின் போது நிலைத்தன்மையை வழங்குகிறது மேலும் அது பயன்பாட்டில் இல்லாத போது கூடுதல் கவசமாக

செயல்படுகிறது. இந்த சிறிய பீரங்கி, 7.63 மிமீ வரையிலுள்ள தோட்டாக்களிடமிருந்து குழுவினரையும் வெடிமருந்துகளையும் பாதுகாக்கும்." விளக்கினார் வீரவேலு, பத்து வினாடிகள் கழித்து "எனி க்வஸ்டின் ஜெண்டில்மேன்?" என கேட்டார்.

"கேப்டன், இந்த பீரங்கியை வெச்சு எத்தனை எதிரியை அழிக்கலாம்?" என கேட்டார் ஒரு வீரர்.

"ஆயுதம் வெச்சிருக்கறதோட நோக்கம் எதிரிகளை அழிக்க இல்லை, நம்ம நாட்டை பாதுகாக்க. ஒருத்தர கொல்வது உச்சபட்ச வீரம் இல்லை. வீரத்தின் உச்சம் அகிம்சை! நாம காந்தியோட மகன்கள், மறந்துடாதீங்க" என பதிலளித்தார் வீரவேலு.

"அப்புறம் எதுக்கு இவர் ஆர்மி ல சேந்தாரு" என கிண்டலாக, இரண்டாவது வரிசையில் முதலாவதாக நின்ற, வீரர் முணுமுணுத்தார்.

"ரெண்டாவது வரிசையில் முதல் ஆள், 40 ரௌண்ட்ஸ் இன் 60 மினிட்ஸ். ரெஸ்ட், டிஸ்பர்ஸ்" கட்டளையிட்டார் வீரவேலு.

'பாம்பு காது டா இந்த மனுஷனுக்கு' என்று மனதிற்குள் நினைத்துக்கொண்டு மைதானத்தில் ஓட ஆரம்பித்தார் அந்த வீரர்.

அந்த இளம்அதிகாரிகளில் ஒருவர் தான் பிரபாகரன். பிரபாகரன் திருச்சியை பூர்விகமாக கொண்டவர், பொறியியல் பட்டதாரி. ஆயுதங்கள் மீதும் ஆயுத தொழில்நுட்பம் மீதும் அவருக்கு அதீத ஆர்வம் கொண்டவர்.

வீரவேலுவின் பயிற்சியும், ஆயுதங்களை விளக்கும் பாணியும் பிரபாகரனை மிகவும் கவர்ந்ததது. வீரவேலுவிடம் தான் கற்றுக்கொள்ள கடல் அளவு விஷயங்கள் இருப்பதை உணர்ந்தார் பிரபாகரன்.

பிரபாகரன் தன் நேரத்தை முடிந்தவரை வீரவேலுவுடன் செலவிட ஆரம்பித்தார். வீரவேலு ஒரு உயர் அதிகாரியாக மட்டுமில்லாமல் ஒரு சகோதரர் போல பிரபாகரனுடன் பழகினார். ராணுவத்தின் அடிப்படை முதல், சமீப காலத்திய ஆயுதங்கள் வரை விஷயங்களை விரல் நுனியில் வைத்திருந்தார் வீரவேலு, அதை பயிற்சியில்

இருக்கும் வீரர்களுக்கும் சக அதிகாரிகளுக்கும் பகிர்ந்துகொள்ள தவறியதில்லை.

தன் வாழ்க்கை பயணத்தை பிரபாகரனுடன் பகிர்ந்துகொண்டார் வீரவேலு, தன்னிடம் இருந்த மனைவி மற்றும் குழந்தையின் புகைப்படத்தை காட்டி நாட்டை நேசிக்கும் அதே அளவு அவர்களையும் நேசிப்பதாக சொன்னார். வீரவேலுவின் வாழ்க்கையையும் அவர் எடுத்த முற்போக்கான முடிவுகளையும் கேட்ட பிறகு வீரவேலுவின் மீது பிரபாகரன் வைத்திருந்த மரியாதை இமயம் அளவு உயர்ந்தது.

1971 நவம்பர் மாதம் முடியும் தருவாயில், இந்திய ராணுவம் விழிப்புடன் இருந்தது ஏனெனில் எந்த நேரத்திலும் பாகிஸ்தானுடன் போர் மூளும் அபாயம் இருந்தது. கேப்டன் வீரவேலுவும் அதே விழிப்புடன் இருந்தார், போர் காலத்தில் காலூன்ற தயாராக இருந்தார் தன் படைகளையும் தயார் செய்து வைத்திருந்தார். அந்த படையில் பிரபாகரனும் ஒரு அதிகாரியாக இருந்தார்.

டிசம்பர் முதல் வாரம், அதிகாரபூர்வமாக இந்தியாவிற்கும் பாகிஸ்தானுக்கும் இடையிலான கிழக்கு பாகிஸ்தான்/ வங்காள போர் தொடங்கியது. இந்தியா, முக்தி வாஹினி என்ற கிளர்ச்சி படைக்கு ஆதரவாக இருந்தது. முக்தி வாஹினி என்பது துணை ராணுவம், வங்காளதேச ராணுவம் மட்டும் அல்லாது பொது மக்களையும் உள்ளடக்கிய பாகிஸ்தானுக்கு எதிர் நிலைப்பாட்டை கொண்ட ஒரு கொரில்லா இயக்கம். நவம்பர் மாத இறுதியிலிருந்தே இந்தியா பீரங்கி படையும், விமான படையும் முக்தி வாஹினி இயக்கத்துக்கு நேரடியாக ஆதரவளித்து வந்தது. ஆயுத உதவி, பாகிஸ்தான் படைகள் கிளர்ச்சியாளர்களை நோக்கி முன்னேறாமல் தடுப்பது ஆகியவற்றை இந்தியா ராணுவம் சிறப்பாக செய்து வந்ததது.

இந்தியா தொடர்ந்து கிழக்கு பாகிஸ்தான் விவகாரத்தில் ஈடுபட்டது, அங்குள்ள மக்களுக்காக மட்டுமல்ல ஆசிய அளவில் தன்னை முன்னிலை படுத்துவதற்கான அரசியல் வியூகமமும் கூட என சில சர்வதேச ஊடகங்கள் எழுதின. விவாதத்திற்குரிய

விஷயம் தான். ஆனால், இந்த போரின் முடிவுக்கு பின்னால், இந்தியாவின் மிகப்பெரிய வெற்றிக்குப்பின்னால், ஆசிய அளவில் மட்டுமல்ல சர்வதேச அளவிலும் கூட ஒரு பெரும் அரசியல் சக்தியாக உருவெடுக்க ஆரம்பித்தது இந்தியா.

1965 இல் இந்தியாவை போரில் வெல்ல முடியாமல் போன பாகிஸ்தான், 1971 இல் எப்படியாவது இந்தியாவின் போர் யுக்தியை முறியடித்து கிழக்கு பாகிஸ்தானை தக்கவைக்க நினைத்தது. ஆனால் இந்தியாவோ பாகிஸ்தான் எதிர்பாராத வகையில் பிளிட்ஸ்க்ரெய்க் (மின்னல் வேக போர் யுக்தி) முறையை செயல்படுத்தி, உலகிற்கே ஒரு முன்னுதாரணமாக இருந்தது.

போரின் முக்கியமான கட்டம்; இந்திய படைகள், கிழக்கு பாகிஸ்தானின் தலைநகரான, டாக்காவை கைப்பற்றினால் தான் போரை முடிவுக்கு கொண்டுவரமுடியும். இதை பாகிஸ்தானும் அறியும் அல்லவா!
ஆதலால் வடகிழக்கு வங்காளத்தில் சில்லெட், மற்றும் அதன் தெற்கே உள்ள மௌலி பஜார்

ஆகிய இடங்களில் பாகிஸ்தான் படை குவிக்கப்பட்டு இருந்தன, இந்திய படைகளின் முன்னேற்றத்தை தடுக்கும் வகையில்.

பாகிஸ்தான் படைகள் எங்கும் இருந்தன, இந்திய படைகள் முன்னேறுவது என்பது மிகவும் கடினமாக இருந்தது, இந்திய ராணுவத்தில் அறிவாளிகளுக்கும் புத்திசாலித்தனத்துக்கும் பஞ்சமில்லையே! ஒரு திட்டம் வகுத்தார்கள் இந்திய ராணுவத்தின் உயர்மட்ட அதிகாரிகள்; பாகிஸ்தான் படைகளை ஒரு இடத்தில் கொண்டுவந்து பலமாக தாக்கி, அவர்களை பலவீனமடைய செய்வது என.

இந்திய விமானப்படை மூலம், வீரர்களை கொஞ்சம் கொஞ்சமாக சில்லெட்டில் குவிக்க ஆரம்பித்தார்கள் - பாகிஸ்தான் அறியும்படியே இதை செய்தார்கள். நினைத்தது போலவே, பாகிஸ்தான் சில்லெட்டில் தாக்குதலை தொடங்கியது. பதிலுக்கு இந்திய வீரர்களும் தாக்க ஆரம்பித்தார்கள். தாக்குதல் தீவிரமடைய துவங்கியதும், பாகிஸ்தான் மௌலி பஜாரிலுள்ள மற்ற படை

வீரர்களையும் சில்லெட்க்கு மடைமாற்றியது, இந்தியாவின் திட்டம் புரியாத, பாகிஸ்தான் ராணுவம்.

இந்தியா நினைத்தபடியே பாகிஸ்தான் படைகள் ஒரு இடத்தில் குவிக்கப்பட்டதும், வீரர்களை மெல்ல அதிகரிக்க ஆரம்பித்தது இந்திய ராணுவம். தொடர்ந்து விமானங்களை சில்லெட்டில் தரை இறக்குவதும் மேலெழுப்புவதுமாக இருந்தது விமானப்படை, அதுவும் ஒரு யுக்தியே! நூற்றுக்கணக்கான இந்திய வீரர்கள் தரை இறக்கப்படுவதுபோல் ஒரு மாய தோற்றத்தை ஏற்படுத்தியதன் மூலம் பாகிஸ்தான் வீரர்களை குழப்பி, அவர்கள் முன்னேற தயக்கம் கொள்ளவைத்தார்கள்.

இருந்தும் எச்சரிக்கையோடு பாகிஸ்தான் படை வீரர்கள் தொடர்ந்து தாக்குதலை நடத்தியவாறே இருந்தார்கள். சில மணிநேரங்களில் நூற்றுக்கணக்கான பாக் வீரர்கள் சில்லெட் முகாம்களுக்கு கொண்டுவரப்பட்டனர், இந்திய வீரர்களை தாக்கி சரணடைய செய்வதற்காக. இந்த

நேரத்தில், இந்தியாவின் ராணுவ விமானம் ஒன்று, யாரும் எதிர்பாராத வகையில், சில்லெட்டில் உள்ள பாகிஸ்தான் ராணுவ முகாம்களின் மேல் குண்டுகளை போட்டது! பாகிஸ்தான் முகாம் தரைமட்டமாகின, அவர்கள் படை தகர்க்கப்பட்டது. இது பாகிஸ்தானுக்கு பெரும் பின்னடைவை ஏற்படுத்தியது. தன் பலம் குறைவதை அறிந்த பாகிஸ்தான் மற்ற இடங்களிலிருந்து வீரர்களை சில்லெட் பகுதிக்கு வரவழைத்தது.

சில்லெட், மௌலி பஸார் பகுதிகளில் பாகிஸ்தான் ராணுவம் குவிக்கப்பட்டு விழிப்புடன் இருந்தது. இதை முன்பே எதிர்பார்த்த இந்திய ராணுவம், திரிபுரா வழியாக மெல்ல ஆசுகன்ச் என்ற இடத்திற்கு வந்தடைந்தது, குறுகிய நேரத்தில் அந்த இடத்தை கைப்பற்றவும் செய்தது. இது மின்னல் வேக போர் அல்லவா!

தொடர்ந்து முன்னேறிய இந்திய ராணுவம் நீண்ட மேக்னா நதியை கடந்து மறுபுறம் பைரவ பஜாரில் இருக்கும் பாகிஸ்தான் படைகளை தாக்க தயாராக இருந்தது. தரை

வழி இருப்பதினால்தானே இந்திய படை முன்னேறுகிறது, அதை தகர்த்து விட்டால் என்ன செய்யக்கூடும் இந்திய படையினால்? என யோசித்த பாகிஸ்தான் ராணுவம் மேக்னா நதியின் மேல் இருந்த பெரிய பாலத்தை தகர்த்தது.

மேக்னா நதி பாலம் இடிக்கப்பட்டது இந்திய வீரர்களுக்கு பெரும் பின்னடைவு, இனி டாக்காவை இந்திய ராணுவம் நெருங்குவதென்பது இயலாத காரியம் என நினைத்தது பாகிஸ்தான்.

பாலம் தகர்க்கப்படும் என்று எதிர்பார்க்காத இந்திய ராணுவம், அதை பின்னடைவாக பார்க்கவில்லை. மாறாக, அடுத்த நகர்வு எப்படி இருக்கவேண்டும், நதியை கடந்து பைரவ பஜாரை எப்படி அடைவது என்பதை யோசிக்க ஆரம்பித்தார்கள்.

நதியின் ஒரு கரையில் இருந்த இந்திய ராணுவத்தின் உயர்மட்ட அதிகாரிகள், மூன்று டார்ச் வெளிச்சத்தில், ஒரு கூட்டம் நடத்தினார்கள். அதில் வீரவேலும் பங்கு

கொண்டார், பிரபாகரனையும் உடன் அழைத்து சென்றார்.

சில இறுக்கமான முகங்கள் இருந்த போதும், வீரவேலு " இது நமக்கு பின்னடைவு இல்லை, இன்னும் ஒரு சவால் அதை நாம் எதிர்கொள்வோம், வெற்றி நமக்கு வெகு அருகில் இருக்கிறது" என்று ஊக்கத்துடன் சொன்னார்.

அந்த கூட்டத்தில் இருந்த மற்றொரு அதிகாரி, "இன்று இரவுக்குள் அதாவது அடுத்த ஏழு மணிநேரத்திற்குள் நமது படைகளை நதியின் அக்கரைக்கு கொண்டுசெல்லவேண்டும், இல்லையேல் பாகிஸ்தான் ராணுவம் நம்மை சூழ்ந்து விடக்கூடும். இப்போது என்ன செய்வது?" பிரச்னையை விவரித்தார்.

வேறொரு அதிகாரி, " நம்மிடம் படகுகள் கிடையாது, ஆறு பெரியது என்பதால் நீந்தியும் கடக்க முடியாது. ஆற்றை கடக்க ஒரே வழி, ஹெலிகாப்டர் மூலம் வீரர்களை அங்கு கொண்டு செல்வதுதான். இதை விடுத்து வேறுவழி இருப்பதாய் தெரியவில்லை" என்றார்.

வீரவேலுவிற்கு அந்த யோசனை சரி என்று பட்டது, ஆமோதிக்கவும் செய்தார்.
"ஹெலிகாப்டரை தரை இறக்க நமக்கு போதிய வெளிச்சம் வேண்டும், இல்லையேல் அது மிக ஆபத்தானது! ஹெலிகாப்டர்களையும் வீரர்களையும் நாம் இழக்க நேரிடலாம்!" பிரபாகரன் எச்சரித்தார்.

"நமது படை வீரர்கள், நூற்றுக்கும் குறைவாக, அக்கரையில் நமக்காக காத்திருக்கிறார்கள். நாம் தாமதிக்கும் ஒவ்வொரு நிமிடமும், அவர்களுக்கு ஆபத்துதான்" என எடுத்துரைத்தார் வீரவேலு.

பிரபாகரன் பங்களித்தார் "ஏற்கனவே நம் வீரர்கள் அக்கரையில் இருப்பதினால், நாம் ஏன் அவர்கள் உதவியை பயன்படுத்தக்கூடாது?

"அது எப்படி முடியும்? வெளிச்சம் இல்லாமல் ஹெலிகாப்டரை தரை இறக்குவது சாத்தியமில்லை! அங்கிருப்பவர்களுக்கு வெளிச்சத்தை உண்டாக்க மின்சாரம் எப்படி கிடைக்கும்?" என ஒரு நியாமான கேள்வியை கேட்டார் ஒரு அதிகாரி

நிசப்தம் நிலவியது! கேள்விக்கு யாரிடமும் பதில் இல்லை!

சட்டென வீரவேலு கூடாரத்திற்குள் இருக்கும் ஒவ்வொரு அதிகாரியையும் பார்த்தார். பிரபாகரன் அதை கவனித்தார், ஆனால் ஒன்றும் புரியவில்லை அவருக்கு.
"எனக்கு இந்த கூடாரத்துக்குள்ள இருக்குற எல்லோருடைய முகமும் நல்ல தெரியுது" என்றார் வீரவேலு.
அருகில் இருந்தவர்களுக்கு இவர் என்ன சொல்ல முனைகிறார் என புரியவில்லை!
வீரவேலு தொடர்ந்தார் "இந்த டெண்ட்க்குள்ள மின்சாரம் இல்லை, ஆனா வெளிச்சம் இருக்கு. அப்போ மின்சாரம் இல்லாம வெளிச்சம் சாத்தியம் தானே! வெறும் மூணு டார்ச் லைட் இவ்வளவு வெளிச்சம் தரமுடியும்னா, கிட்டத்தட்ட நூறு டார்ச் லைட் எவ்வளவு வெளிச்சம் தரும்?"

"ஹெலிகாப்டரை தரை இறக்க தேவையான அளவு வெளிச்சம் தரும்" என பிரபாகரன் சொன்னார்.

"இந்த செய்தியை அக்கரையில் இருக்கும் வீரர்களுக்கு தெரியப்படுத்துங்க, ஒவ்வொருவரிடமும் ஒரு டார்ச் லைட் இருக்கும், அந்த டார்ச் லைட்டுகளை கொண்டு ஹெலிகாப்டர் தரையிறங்க போதுமான வெளிச்சத்தை அவர்கள் ஏற்படுத்துவார்கள்" என முடித்தார் வீரவேலு. கூடாரத்தில் உள்ள அனைவரும் கைதட்டினாரகள், பிரபாகரனுக்கு வீரவேலுவின் யோசனை வியப்பை தந்தது.

உடனே இந்த தகவல், மறு கரையிலிருந்த வீரர்களுக்கு அனுப்பப்பட்டது. அடுத்த ஒரு மணி நேரத்தில் அங்கிருந்த வீரர்கள் தங்களிடம் இருந்த டார்ச் லைட்டுகளை ஒன்று திரட்டினர். அவர்களிடமிருந்து பதில் செய்தி வந்தது, 'ஹெலிகாப்டர் இறங்க தளம் தயார்' என்று.

இத்துணை வேகமாக வீரர்கள் செயல் பட்டது அதிகாரிகளுக்கு இன்ப அதிர்ச்சியாக இருந்தது. உடனடியாக ஒரு ஹெலிகாப்டர் இருபது வீரர்களுடன் மேலெழும்பியது. அக்கரைக்கு

பறந்தது, ஹெலிகாப்டரின் ஓட்டி டார்ச் வெளிச்சம் எங்கே என பார்த்துக்கொண்டே வந்தார் தூரத்தில் வெளிச்சம் தெரிந்தது, அங்கு தான் இந்திய வீரர்கள் இருக்கிறார்கள் என புரிந்து கொண்டார். வெளிச்சத்தை நோக்கி சில தூரம் போன ஹெலிகாப்டர் ஓட்டிக்கு அதிர்ச்சி காத்திருந்தது!

ஹெலிகாப்டர் ஓட்டி H வடிவில் டார்ச் லைட்டுகளின் ஒளியை பார்த்தார், அது மட்டும் அல்ல இன்னும் சில தூரத்தில் 1 2 3 என்ற வடிவில் டார்ச் லைட்டுகளின் ஒளி வருவதை பார்த்தார். ஹெலிகாப்டர் ஓட்டி ஏதிர்பார்த்ததோ ஒரு இறங்கு தளம் ஆனால், அக்கரையில் இருந்த வீரர்கள் நான்கு இறங்குதளங்களை ஏற்படுத்தியிருந்தனர். உடனே தகவல் சென்றது அக்கரையில் இருந்த அதிகாரிகளுக்கு, 'நமது வீரர்கள் ஒன்றல்ல நான்கு தளங்களை ஏற்படுத்தியுள்ளார்கள். விடியலுக்கு முன்பாகவே பல நூறு வீரர்களை நாம் நதியை கடந்து கொண்டுசேர்த்துவிடலாம்!" என்று.

இந்திய ராணுவ வீரர்களின் செயல்திறன் என்றுமே வியப்புக்கும், பாராட்டிற்கும் உரியது!

படைகள் தயாராகின, இரவு முழுவதும் ஹெலிகாப்டர்கள் பறந்த வண்ணம் இருந்தன. மேல்மட்ட அதிகாரிகள் எதிர்பார்த்த நேரத்திற்கு முன்பே வீரர்கள் அக்கரைக்கு மாற்றப்பட்டார்கள். 'மேக்னா நதியை படை கடந்துவிட்டது, இன்னும் நாற்பத்தெட்டு மணி நேரத்தில் டாக்காவை அடையக்கூடும், போரில் வெற்றி நிச்சயம்' என்ற சேதி இந்திய ராணுவத்தலைமையகத்திற்கு அனுப்பப்பட்டது. வெற்றி செய்தியை எதிர் நோக்கி காத்திருந்தது இந்திய அரசாங்கம்.

மேக்னா நதியை கடப்பது சாத்தியமென தெரிந்ததும், சில ஆயிரம் இந்திய வீரர்களை அனுப்ப முடிவெடுத்தது ராணுவதலைமை. அதன்படி, அடுத்த இருபத்து நான்கு மணிநேரத்தில் நான்காயிரத்திற்கும் மேலான இந்திய வீரர்கள், ஐம்பது டன் எடை உள்ள ஆயுதங்கள் மறுகரைக்கு விமானப்படையால் கொண்டு செல்லப்பட்டது.

போரில் தோல்வியை கிட்டத்தட்ட நெருங்கிவிட்டதை அறிந்த பாகிஸ்தான், கடைசியாக பைரவ பஜாரில் இந்திய படைகளை முடிந்தவரை தாக்கி, சில நூறு வீரர்களையாவது கொல்ல முடிவெடுத்தது. பாகிஸ்தான் வீரர்கள் சிறு சிறு குழுக்களாக பிரிந்து இந்தியப்படைகள் முன்னேறும் வழியில் செடி கொடிகளுக்கு நடுவே மறைந்திருந்தனர், சில வீரர்கள் கண்காணிப்பு கோபுரங்களிலும் இருந்தனர். அவர்கள் அத்துணை பேருக்கும் தெரியும், முடிவில் இவர்கள் சரணடையவோ அல்லது செத்துமடியவோ வேண்டும், ஆனால், இந்திய படைகளை வெல்ல முடியாது என்று, இருப்பினும் துணிந்து நின்றார்கள். எந்த நாட்டை சேர்ந்தவர்களாய் இருந்தாலும், போர்க்களம் வந்த பிறகு வீரர்கள் துச்சமாக நினைப்பது அவர்கள் உயிரை மட்டுமே.

சில ஆயிரம் இந்திய வீரர்கள் பைரவ பஜாரை கைப்பற்ற களமிறங்கினர், அதில் வீரவேலு, பிரபாகரன் உள்ளிட்ட ஒரு சிறிய குழுவும் அடங்கும். உத்வேகத்தோடு முன்னேறிக்கொண்டிருந்தது இந்திய படை,

அப்போது எதிர்பாராத விதமாக தாக்குதலை ஆரம்பித்தார்கள் பாகிஸ்தான் வீரர்கள். சுதாரித்த இந்திய வீரர்கள், கவனமாகவும் மிக ஜாக்கிரதையாகவும் அடி எடுத்து வைத்தனர்.

ஒவ்வொரு சிறிய குழுவிலும் ஒரு வீரர், மற்றவர்களுக்கு தேவையான வெடிமருந்துகளை சுமந்து வந்தார். மறைந்திருந்த ஒரு பாகிஸ்தான் வீரர், திடீரென இந்திய படைகளை நோக்கி சரமாரியாக சுட ஆரம்பித்தார், அதில் ஒரு குண்டு வெடிமருந்துகள் இருந்த பையின் மேல் பட அது வெடித்து சிதறியது. பையை வைத்திருந்த வீரர் மட்டுமில்லாது இன்னும் இரு வீரர்கள் கொல்லப்பட்டனர். இதை கண்காணிப்பு கோபுரத்தில் இருந்து கவனித்த ஒரு பாகிஸ்தான் வீரர், வெடித்த அந்த பையின் நிறம் கருப்பென்று தெரிந்துகொண்டார்! ஒவ்வொரு குழுவிலும் ஒருவர் கருப்புப்பை வைத்திருப்பதையும் கண்டுவிட்டார்!! கருப்புபையை சுட்டால் எதிரிக்கு சேதம் அதிகம் என்பதால், கருப்புபையை நோக்கி சுட ஆரம்பித்தார்.

இன்னும் இரு வெடி சத்தம் கேட்டது, வீரவேலுவுக்கு, தூரத்தில் சில இந்திய வீரர்கள் இறந்துகிடப்பது தெரிந்தது அவருக்கு. தூரத்தில் ஒரு கண்காணிப்பு கோபுரம் இருந்ததும் அவருக்கு தென்பட்டது. அடுத்த சில நொடிகளில், அவருக்கு புரிந்தது யாரோ வெடிமருந்துகள் இருக்கும் பையை நோக்கி சுடுகிறார்கள். அந்த வேளையில், வீரவேலுவின் குழுவில் வெடி பையை வைத்திருந்த பிரபாகரன் சில அடி தூரத்தில் பதுங்கியபடி முன்னோக்கி நடந்துகொண்டிருந்தார். ஆனால், கண்காணிப்பு கோபுரத்தில் இருந்த குறி தவறாது சூடுபவரின் இலக்கு பிரபாகரனின் பையாக தான் இருந்தது.

கண்காணிப்பு கோபுரத்தில் இருந்த முள் போன்ற ஒன்று பிரபாகரனின் திசை பக்கம் திரும்புவதை கண்டார் வீரவேலு. ஒரு வேளை குண்டு பிரபாகரனின் பையை துளைத்தால்?!, பிரபாகரன் மட்டுமில்லாது அவருக்கு நெருக்கமாக நடக்கும் மூன்று வீரர்களும் சேர்ந்த இறக்க நேரிடும். கண்காணிப்பு கோபுரத்தில் இருக்கும் பாகிஸ்தான் வீரர், இலக்கை நிர்ணயிக்க குறைந்தது மூன்று

வினாடிகள் ஆகும், ஆதலால் வீரவேலு அடுத்த மூன்று வினாடிகளுக்குள் ஏதேனும் செய்ய வேண்டும்.

கண்ணிமைக்கும் நேரத்தில் காற்றாய் பறந்து, பிரபாகரனின் மீது பாய்ந்து தள்ளிவிட்டார் வீரவேலு. துப்பாக்கி சுடப்பட்ட சத்தம் ஆனால் வெடிப்பை சிதறவில்லை! பிரபாகரன் இறக்கவில்லை! மற்ற மூன்று வீரர்களுக்கு காயமில்லை! வீரவேலு எழும்பவும் இல்லை!!

"கேப்டன், கேப்டன். என்ன ஆச்சு? " என்று பதட்டத்துடன் கேட்டார் பிரபாகரன். அந்நேரம் வெடிச்சத்தம்! இந்திய ராணுவ விமானம் அந்த கண்காணிப்பு கோபுரத்தை குண்டுகளை போட்டு அழித்துவிட்டது.

"பாய்ஸ், ஜாக்கிரதையா இருங்க. குண்டு என் நுரையீரலை துளைச்சிடிச்சு, இன்னும் சில நிமிஷம் தான் நான் இருப்பேன்." என்று சொல்லும்போதே வீரவேலுவின் மார்பின் கீழிருந்து குருதி கொப்பளித்து வெளியே வந்தது.

"கேப்டன், தைரியமா இருங்க. உங்களுக்கு ஒன்னும் ஆகாது!" என்றார் பிரபாகரன்.
வீரவேலு தன் சட்டைப்பையில் இருந்து காமாட்சியின் புகைப்படத்தை எடுத்து ஒரு முறை பார்த்தார், அவரது மொத்த வாழ்க்கையும் சில நொடிகளில் கண நேரக்காணோட்டமாய் அவர் கண்களை கடந்தது, சின்ன புன்னகையும் விரிந்தது. கடைசி சில நொடிகள் மட்டுமே தன் வசம் இருக்கிறது என்று உணர்ந்த வீரவேலு "ஜெய் ஹிந்த்" என்று உரக்கச்சொல்லி உயிரை நீத்தார்.
"கேப்டன், கேப்டன்... டோன்ட் டை ஆன் மீ" என வீரவேலுவை பார்த்து சத்தமிட்டார் பிரபாகரன். பலனில்லை! வீரவேலு இறந்து சில நொடிகள் கடந்து விட்டன!
பிரபாகரனின் கண்கள் குளமானது.
கேப்டன் வீரவேலு இறந்துவிட்டார் என்ற சேதி ராணுவ முகாமிற்கு அனுப்பப்பட்டது.

அடுத்த பத்து மணிநேரத்தில் இந்திய படைகள் டாக்காவை அடைந்தது, பல்லாயிரம் பாகிஸ்தான் ராணுவ வீர்ரர்கள் சரணடைந்தனர். கிழக்கு பாகிஸ்தானுக்கு

விடுதலை உறுதியானது, பங்களாதேஷ் பிறந்தது.

இந்தியா போரில் வெற்றி அடைந்த செய்தியும், வீரவேலு வீரமரணம் அடைந்த சேதியும் நாகபட்டினத்தை ஒரே நேரத்தில் சென்றடைந்தது.

ஐம்பது வருடம் முன் நடந்த நிகழ்வை, கண்முன் நிறுத்தினார் பிரபாகரன்.
அங்கே கூடி இருந்தவர்கள் வாய் பிளந்தார்கள். ஒரு பெண் "அடியே அம்பு பாட்டியோட புருஷன், மிலிட்டரியாமாடி. இன்னொருத்தியா இருந்தா பிகு பண்ணியிருப்பா. ஆனா அம்பு பாட்டி இத்தனை வருஷமா அதெல்லாம் சொல்லாம எவ்ளோ தன்மையா இருந்திருக்கு பாரு"

அங்கே இருந்த பெண்களில் ஒருவர் கேட்டார், "அம்பு பாட்டி. உங்க புருஷன் எவ்ளோ பெரிய மனுஷன். நீங்க ஏன் இங்க வந்து கஷ்டப்படணும்? நாகபட்டினத்திலேயே இருந்திருக்கலாம்ல?!"

வேலுவிற்கு வியர்ப்பதை கண்ட காமாட்சி, "இரு கண்ணு மோர் எடுத்துட்டு வர்றேன்" என உள்ளே போனார்.
வேலு இதை சற்றும் எதிர்பார்க்கவில்லை. தான் எதிரி என்று நினைத்த இந்த நபர், அன்பை மட்டுமே பதிலாய் தருவது அவருக்கு அதிர்ச்சியை ஏற்படுத்தியது, கூடவே சங்கடமும்.

முன்பு போலீஸ் ஸ்டேஷனில் தன்னை ஒன்றும் செய்யாமல் விட கேட்டவர் இப்போது அணுசரணையாய் ஒரு தாயுள்ளம் போல் கவனிக்கிறார்! யார் இந்த பெண்மணி? இவரை ஏன் தன் தந்தை வெறுக்கிறார்?! காமாட்சி அப்படியொன்றும் தவறு செய்யவில்லையே! இந்த நல்லுள்ளத்தை துயரத்திற்கு உள்ளாக்கிய தனது குடும்பமல்லவா பெரிய தவறு செய்துள்ளது! இவை அனைத்தும் வேலுவின் மனக்கண்ணில் தோன்றியது.

"அம்மா" என்று காமாட்சியை பார்த்து அழைத்தார் வேலு. அந்த வார்த்தையை கேட்டதும் "இந்த ஒரு வார்த்தை போதும் கண்ணு. என் உசிரை கூட எடுத்துட்டு போ"

என்று சந்தோஷத்தால் கண்ணீர் வடிய சொன்னார் காமாட்சி. வேலுவின் விழியோரத்தில் ஒரு துளி எட்டிப்பார்த்தது.

வேலுவை பார்த்தார் காமாட்சி சொன்னார், "கண்ணு, இப்போ நான் சொல்லப்போறது சாமி சத்தியம்"
ஐம்பது வருடத்திற்கு முந்தைய காட்சிகளை விவரிக்க ஆரம்பித்தார், காமாட்சி.

தெருவில் பட்டாசு வெடிக்கும் சத்தம் கேட்டு குழந்தை அழஆரம்பித்தது. காமாட்சி வெளியே சென்று பார்த்தார், அங்கே பெரியவர்கள் சிறுவர்கள் என பலரும் பட்டாசு வெடித்து ஆராவாரம் செய்து கொண்டிருந்தனர். ஒரு சிறுவன் "போரில் இந்தியாவுக்கு வெற்றி, இந்தியாவுக்கு வெற்றி" என கத்தியபடி துள்ளி குதித்து ஓடி கொண்டிக்கொண்டிருந்தான்.
துள்ளியது அந்த சிறுவன் மட்டுமல்ல, காமாட்சியின் மனதும் தான். ஏனெனில், அவள் கணவனிடமிருந்து அடுத்த கடிதம் வர நேரமாகிவிட்டதனால்.

சிரித்தபடியே குழந்தையை சமாதானப்படுத்தி அதன் அழுகையை நிறுத்தினார் காமாட்சி. அப்போது யாரோ கதவை தட்டும் சத்தம் கேட்டது. காமாட்சி யாரென்று பார்த்தார். அது வீரவேலுவின் நண்பர் சுந்தரம்.
"ண்ணே... வாங்கண்ணே. காபி தண்ணி குடிக்கலாம்ணே" என்றார் காமாட்சி.
"அம்மா. வேலு போர்ல செத்துட்டான்மா" என்று விஷயத்தை பட்டென்று உடைத்துவிட்டார்.

செய்தியை கேட்ட காமாட்சி, ஒரு நிமிடம் எந்த உணர்ச்சியும் இல்லாமல் இருந்தார். தினமும் பூஜிக்கும் தெய்வத்தின் படத்தின் பின்னாலிருந்து ஒரு காகிதத்தை எடுத்தார் காமாட்சி.
அது காமாட்சிக்கு கடைசியாக வீரவேலு எழுதிய கடிதம். அந்த கடிதத்தில், அடுத்த கடிதம் இந்தியா போரில் வெற்றியடைந்த பிறகு அனுப்புவதாக உறுதியளித்திருந்தார். கடிதத்தை ஒரு முறை படித்தார் காமாட்சி, அடுத்த கணம் கைகள் நடுங்க ஆரம்பித்தன! கண்கள் குழந்தையை தேடியது...

தரையில் விளையாடி கொண்டிருந்த குழந்தையை கட்டிக்கொண்டார், அவர் தோளில் யாரோ கை வைத்தது போல் உணர்ந்தார், அது வேறுயாரும் அல்ல செல்வி. செய்தி செல்விக்கும் தெரிந்திருந்தது.

"அக்கா..." என கண்களில் நீர்வழிய அமர்ந்தார் செல்வி.

சந்தோசம் மட்டும் அல்ல, துக்கமும் ஒருவருடன் பகிரும் போது அதிகரிக்கும்!

அழத்தொடங்கினார் காமாட்சி. அன்புக்கு சொந்தக்காரர் அடக்கமாவது தெரிந்தால், அகல் விழி அருவியாய் மாறத்தான் செய்யும்.

தான் அழுதபோது தழுவிய தாய் அழுகிறாள் என்று, குழந்தை காமாட்சியின் தோளில் சாய்ந்து வருடியது.

செய்தி சந்திராவையும் தொட்டது. மகன் இறந்த செய்தியை கேட்டு கதற ஆரம்பித்தார் சந்திரா. தாயுள்ளம் அல்லவா!

அடுத்த ஆறு மணிநேரத்தில் வீரவேலுவின் உடல் அவரது பூர்வீக வீட்டிற்கு எடுத்துவர ஏற்பாடுகள் செய்யப்பட்டிருந்தன.

செய்தி அறிந்த காமாட்சி, குழந்தையை தூக்கிக்கொண்டு வீரவேலு பிறந்து வளர்ந்த, அவரது சொந்தவீட்டிற்கு ஓடினார்.

ஆனால் சந்திரா, காமாட்சியை வீட்டினுள் அனுமதிக்கக்கூட இல்லை. மாறாக "என் மகனை கொன்னுட்டா இவ" என்று மகன் இறந்ததற்கு காரணமும் காமாட்சியே என கூச்சலிட்டார். சந்திரா சொன்ன வார்த்தைகள் காமாட்சியை மெல்ல மெல்ல கொன்றது.

செல்வி காமாட்சியின் உடனே இருந்தார்.

மாலை நேரம் வந்தது, மக்கள், வெள்ளம் போல் சூழ வீரவேலுவின் உடலும் தகனத்திற்காக நாகப்பட்டினம் கொண்டுவரப்பட்டது. பல நூறு பேர் கூடினர், ஆனால் காமாட்சிக்கு இடமில்லை. கணவனின் முகத்தை கடைசியாய் ஒரு முறை பார்த்துவிடமுடியாதா என்று ஒவ்வொரு வினாடியும் ஏங்கினார் காமாட்சி! அது நிறைவேறாத ஆசையாய் மட்டுமே போனது.

ஓரிரு நாட்களில் சந்திராவும் மறைந்தார், ஆனால் சந்திரா விட்டுச்சென்ற வெறுப்பு ராஜகுருவின் மனதில் மலை அளவு உயர்ந்து நின்றது.

அதன் பிறகு வேறு வழியில்லாமல் குப்பேபாளையம் வந்து சேர்ந்த நிகழ்வுகளை சொல்லி முடித்தார் காமாட்சி.

"இன்னும் ஒரு முக்கியமான விஷயம். இவங்க புருஷன் கேப்டன் வீரவேலுவும், பெரியார் போசும் நண்பர்கள். காமாட்சியம்மா நாகபட்டினத்தில இருந்து குப்பேபாளையம் வந்ததும் கூட கேப்டன் வீரவேலுவின் அறிவுரைலதான். கேப்டனுக்கு ஏதாச்சும் ஆயிட்டா, அவரோட குடும்பம் காமாட்சியை ஏத்துகிறது சந்தேகம்ங்கிறதுனால, பெரியவர் போசுக்கு சிறுக சிறுக பணம் அனுப்பிச்சு இந்த 40 ஏக்கர் நிலத்தை காமாட்சி பேர்ல வாங்கினார் வீரவேலு. இந்த அம்மாவுக்கு பின்னாடி இருக்க 40 ஏக்கர் பூமி காமாட்சியம்மா இந்த ஊருக்கு பொதுவா எழுதிக்கொடுத்தது. போன தடவை இங்க வந்தப்போ, உங்க ஊர் பெரியவர் இதை என் கிட்ட சொன்னார், அந்த பத்திரத்தோட காபியை என் போன்ல சேவ் பண்ணிவெச்சிருக்கேன்" என்று அங்கு கூடியிருந்த அனைவருக்கும் கேட்கும் படி சொன்னார் பிரபாகரன்.

தொடர்ந்து பேசினார் பிரபாகரன் "இந்த விஷயம் ஊர்காரங்ககிட்ட சொல்லக்கூடாதுனு காமாட்சியம்மா பெரியவர் கிட்ட சத்தியம் வாங்கிக்கிட்டாங்க."

இதை கேட்ட அடுத்த நொடி வேலு காமாட்சியம்மாவின் காலில் விழுந்தார்!

"அம்மா, உங்கள இத்தனை வருஷம் பாக்காம விட்டுட்டு! அது நான் செஞ்ச பாவம்... இல்லை என் குடும்பம் உங்களுக்கு செஞ்ச பாவம்னு புரிஞ்சிட்டு! உங்க கிட்ட பேச கூட எனக்கு யோகியத இல்ல!! காமாட்சியம்மா என் பெரியம்மா சொல்றது எனக்கு பெருமை. நான் போறேன் மா" என சொல்லிவிட்டு கண்களில் நீர் வழிய அங்கிருந்து நகர்ந்தார்.

"கண்ணு இரு கண்ணு. ஒரு வா சாப்புட்டு போ கண்ணு" என காமாட்சி அம்மா சொல்ல சொல்ல வேகமாக அந்த இடத்தை விட்டு சென்றார் வேலு வெட்கித்தலைகுனிந்தவாறு.

உடனிருந்த நபர் "என்னையா கிளம்பிட்டா? ஐயா கேட்டா என்ன சொல்ல?" என்று கேட்டார்.

"டேய், இந்தம்மாவையே வஞ்சத்தோட பார்க்கும் அளவுக்கு எங்கப்பனுக்கு ஜாதி வெறி ரத்தத்துல ஊறிப்போச்சு. இனிமே அவர்களையெல்லாம் மாத்த முடியாது!" என சொன்னவாறு கை பேசியை எடுத்தார் வேலு. தந்தையை அழைத்தார்.

""அப்பா நம்ம செல்வாக்கை பயன்படுத்தி அந்தம்மாவுக்கு ஒரு பைசா சேராம பண்ணிட்டேன்! நீங்க நிம்மதியா இருங்க. உடனே நான் ஊருக்கு வர்றேன்" என்றார்.

வேலுவின் அருகில் இருந்தவர் "என்னடட்டு!! அய்யாகிட்ட இப்படி சொல்லற?" வியப்புடன் கேட்டார்.

"இங்க நடந்ததை இங்கயே மறந்திடு. ஒரு வா இதப்பத்தி எங்கனையாவது பேசுன..., உருச்சிபுடுவேன்!!" எச்சரித்துவிட்டு கிளம்பினார் வேலு. உடன் வந்தவரும் அமைதியாக கிளம்பினார்.

வேலு செல்வதை பார்த்துவிட்டு, "வேலு டூ இஸ் அ குட் மேன். அவருக்கு உள்ள இருந்த மனுஷனை அவருக்கே அறிமுகப்படுத்துனது உங்க அன்பு தான் மா" என காமாட்சியிடம் பிரபாகரன் கூறினார்.

"அவன் எனக்கும் புள்ளை தான்" என கண்ணீர் வடிய சொன்னார் காமாட்சி.

"கேப்டன் வீரவேலுவை தெரிஞ்சிக்கிட்டதுல எவ்வளவு சந்தோஷமோ, அதைவிடவும் அதிக சந்தோசம் உங்களை தெரிஞ்சுக்கிட்டதுல. நான் கிளம்புறேன் மா" பிரபாகரன் விடை பெற்றார்.

வாகனத்தில் ஏறும் போது ஒரு முறை காமாட்சியை திரும்பி பார்த்தார் பிரபாகரன், "இந்த அம்மாகிட்ட இருக்கும் அன்பு துளி அளவு எல்லோர்கிட்டையும் இருந்துட்டா, இந்த உலகத்துல ஆயுதமே பிறந்திருக்காது!!" என மெதுவாய் தனக்கு மட்டும் கேட்கும்படி சொல்லிவிட்டு குப்பேபாளையம் ஊர்பலகையை ஒரு முறை பார்த்து "தேங்க்ஸ் பார் தி எக்ஸ்பீரியன்ஸ்" சொன்னபடி கிளம்பினார் பிரபாகரன்.

இதுவும் துவக்கம்

இன்றைய தேதியில் ஊடகங்கள் உள்ளூர் சினிமாவையே மிஞ்சிவிட்டார்கள், பஞ்ச் டயலாக்குகளை போடுவதில். ஒரு செய்தி அதன் கீழ் ஒரு தொடர்புடைய பஞ்ச் வசனம், இது தான் இப்போதைய ஊடக நடை.

இங்கே பொறுப்பை உணர்ந்த ஊடகங்கள் இருக்கவே செய்கின்றன, ஆனால் சில ஊடகங்களோ டீஆர்பி எனும் மந்திரச்சொல்லுக்காக எந்த எல்லையையும் தொட தயாராக உள்ளன. பயனுள்ள செய்திகளை பரப்புவதை விட்டு மக்களை பரபரப்பாகும்படியான செய்திகளைத்தான் சொல்கின்றன அல்லது சொல்லவிரும்புகின்றன ஒரு சில ஊடகங்கள். அதிலும் எக்ஸ்க்ளூசிவ் செய்திகளுக்காக, சில ஊடகங்கள் நிகழ்வுகளை நடத்திடவும் தயங்குவதில்லை!!!
பத்திரிகைகளே ஜனநாயகத்தின் நான்காவது தூண்?!
முதல் செய்தி, தமிழ் நாட்டில் இயங்கும் மிக முக்கியமான பத்திரிகைகளில் ஒன்று.

தங்களுக்கென ஒரு தொலைக்காட்சி சேனல் நடத்துகிறார்கள். தமிழகத்தின் முக்கியமான எல்லா நகரங்களிலும் பெரிய அலுவலகத்தை கொண்ட பத்திரிகை. கோவையிலும் ஒரு பெரிய கிளை அலுவலகம் முதல் செய்திக்கு உள்ளது. சுமார் ஐநூறு பேருக்கு மேல் இந்த அலுவலகத்தில் வேலை செய்கிறார்கள். ஆசிரியர் துறை, விளம்பரத் துறை, சுழற்சி துறை, அச்சுத் துறை, நிர்வாகத் துறை, தகவல் தொழில்நுட்பத் துறை என பல துறைகளை கொண்ட நான்கு மாடி கட்டிடத்தில் தான் இந்த அலுவலகம் இயங்குகிறது.

இந்த அலுவலகத்தின் மூன்றாவது மாடியில் நின்று கொண்டு, சுபாவும் பாரதியும் காலை பத்து மணிவாக்கில் காபி அருந்திக்கொண்டிருந்தனர்.

சுபா விஸ்காம் பட்டதாரி, நல்ல வசதியான குடும்பத்தில் பிறந்தவர், எப்படியேனும் பத்திரிகை துறையில் சாதிக்க வேண்டும் என்ற குறிக்கோளுடன் இருக்கும் இளம் பெண். இதன் காரணமாகவே இன்னும் திருமணம் செய்துகொள்ளவில்லை.

"பாரதி...எடிட்டரை நெனச்சா பயமா இருக்குடா!" கண்களை சுருக்கியபடி சொன்னாள் சுபா

"பயப்படாத...முடியலையா பயத்தை வெளியே காட்டிக்காத. சிம்பிள்" பாரதி சிரித்தபடியே சொன்னான்.

"ஒரு செம்ம நியூஸ் கிடைச்சா நல்லாயிருக்கும். ரெண்டு மாசமா, மொக்கை நியூஸ் மட்டும் தான் நம்ம கவரேஜ்க்கு வருது!" ஏமாற்றத்துடன் சொன்னாள் சுபா.

"எல்லா நாளும் நியூஸ் கிடைக்கும், ஆனா நல்ல நியூஸ் எப்பவாவது தான் கிடைக்கும். வெயிட் பண்ணுவோம்" பாரதி ஆறுதல் சொல்வதாய் நினைத்து உண்மையில் சுபாவை வெறுப்பேற்றினான்.

"நான் எப்படியாவது அஸோஸியேட் எடிட்டர் ஆகணும்னு துடிச்சிட்டு இருக்கேன், நீ லூசு மாதிரி உளறிகிட்டு இருக்க" என காட்டத்துடன் சொன்னாள் சுபா.

இன்ஜினீரிங் படிப்பை டிஸ்டிங்சனில் முடித்திருந்தபோதும் கேமரா மேன்

ஆகவேண்டும் என்ற ஆசையும் ஆர்வமிகுதியும் பாரதியை இங்கு கொண்டு வந்து சேர்த்து.
"என்னது நான் லூசா?" என அதிர்ச்சியோடு கேட்ட பாரதி "நீ அஸோஸியேட் எடிட்டர் இல்ல, அல்லக்கை எடிட்டரா கூட வரமாட்ட" என மனதுக்குள் நினைத்து கொண்டான்.

அப்போது அலுவலகத்தில் உதவியாளராக வேலை செய்யும் ஒருவர் சுபாவிடம் வந்து "மேடம், எடிட்டர் உங்க ரெண்டு பேத்தையும் உடனே வந்து பார்க்க சொன்னார்" என சொல்லிவிட்டு நகர்ந்தார்.
காபியை அப்படியே வைத்துவிட்டு எடிட்டர் ரூம் நோக்கி நடந்தார்கள் இருவரும்.
எடிட்டர் சுரேஷ், சுபாவும் பாரதியும் மெதுவாக வருவதை கவனித்தார்.
எடிட்டர் காபினுக்கு உள்ளே வந்த சுபா, பாரதி இருவரும் "குட் மார்னிங்" என கோரஸாக சொன்னார்கள்.
"வர சொன்னா வேகமா வரமாட்டிங்களா? வெள்ளம் பாதித்த இடத்தை பாக்க வர்ற அதிகாரி மாதிரி சுலோ மோஷன்ல வரீங்க

ரெண்டு பேரும்!" கோபமான குரலில் பேசினார் சுரேஷ்.

"அப்படியெல்லாம் இல்ல சார். லேட்டா வந்ததுக்கு சாரி" என எடிட்டரின் கோபத்தை மேற்கொண்டு வளரவிடாமல் பார்த்துக்கொண்டான் பாரதி.

"நீங்க நியூஸ் கொண்டுவந்து ஒரு வாரமாகுது! ஏதாவது புதுசா கவர் பண்றீங்களா இல்லையா?" தன் அதிருப்தியை வெளிப்படுத்தினார் சுரேஷ்
"சார், இண்டெர்ஸ்ட்டிங்கா ஒன்னும் கிடைக்கல. பட் சீக்கிரம் இன்டெரெஸ்டிங்கான டாபிக்கை கொண்டுவருவோம்" சுபா கனிவாக சொன்னாள்.

"எப்போ கொண்டுவருவீங்க? நீங்க நியூஸ் கண்டுபிடிக்கிற வரைக்கும் நான் வெயிட் பண்ண முடியாது. மத்த டீம் எல்லாம் வாரத்துக்கு மூணு கவரேஜ் கொண்டுவராங்க. இன்னிக்கே நீங்க என்ன நியூஸ் கவர் பண்ணபோறீங்கன்னு எனக்கு தெரிஞ்சாகணும்" கண்டிப்புடன் கூறினார் சுரேஷ்.

"சார், இன்னும் ஒரு மணிநேரத்துக்குள்ள நான் கமிட் பண்ணிடுறேன்", தொய்ந்த முகத்துடன் சொன்னாள் சுபா.
"சார், நிச்சயமா சொல்லிடுவோம்" என பாரதியும் சொல்ல, "ஓகே யு கேன் லீவ். ஆனா ஒரு மணிநேரத்துக்குள்ள உங்க கவரேஜ் கன்டென்ட் என்னன்னு தெரிஞ்சாகணும்" கணினியை பார்த்தபடி சொன்னார் சுரேஷ்.

வெளியே வந்த சுபா " ஒரு இன்டெரெஸ்டிங்கான விஷயம் கிடைச்சா அத இன்னும் இன்டெரெஸ்டிங்கா கவர் பண்ணிடலாம். இன்னும் ரெண்டு மணி நேரத்துக்குள்ள கவரேஜ் என்னனு சொல்லணுமே!! இப்போ என்ன பண்றது?" புலம்பினாள்.
"நியூஸ் நேர்மையா இருக்கணும்ங்கிறதைவிட நல்லா இருக்கணும்னு நினைக்கிறையே...! நீ பெரிய ஜர்னலிஸ்ட்டா வருவ" தன் கருத்தை சொன்னான் பாரதி.
"என்ன வஞ்ச புகழ்ச்சியணியா?" கோபமாய் கேட்டாள் சுபா.

"நோ.. நோ.. ஸ்ட்ரெயிட்டாவே சொல்லறேன்" என்றான் பாரதி.

"உனக்கு தைரியம் ஜாஸ்திடா" என்றாள் சுபா.

"பாரதினு பேர் வெச்சுகிட்டு பயந்தா அது அசிங்கம். சரி வா வெளிய போய் ஒரு டீ சாப்பிடலாம். உள்ள இருந்தா தண்ணி கூட குடிக்கவிடமாட்டானுங்க. லெட்ஸ் கெட் சம் ஏர்" என்றபடி கீழ் தளம் செல்ல லிப்ட்க்கு போனான் பாரதி.

வேறு வழியின்றி சுபாவும் உடன் சென்றாள்.

அலுவலக வாயிலை கடக்கும் போது "எழுபது வயசுல அறுபது லட்சம். அதிர்ஷ்டம் தான்" என யாரோ பேசுவது சுபாவுக்கு கேட்டது.

சட்டென திரும்பி பார்த்தாள் சுபா, அங்கே பேசிக்கொண்டிருந்தது மாணிக்கம்.

மாணிக்கம் அந்த அலுவலகத்தில் செக்யுரிட்டியாக பணிபுரிகிறார். அதுமட்டும் அல்ல, குப்பேபாளையம் அருகே உள்ள கிராமத்தை சேர்ந்தவர் அவர்.

"மாணிக்கம் அண்ணா என்ன சொன்னீங்க? அறுபது எழுபதுன்னு ஏதோ சொன்னீங்களே?" வினவினாள் சுபா

"அதுவாமா. எங்க கிராமத்துக்கு பக்கத்துல ஒரு எழுபது வயசு கிழவிக்கு அறுபது லட்சம் ரூபா அரசாங்கம் கொடுத்திருக்கு. அத பத்தி பேசிகிட்டு இருந்தேன்" விளக்கினார் மாணிக்கம்.

"என்னண்ணா சொல்றீங்க?" ஆச்சர்யத்துடன் கேட்டான் பாரதி

“ஆமா தம்பி, காமாட்சிங்கிற ஒரு வயசான பாட்டிக்கு தான் அவ்வளவு பணமும். சாகுற வயசுல அத்தனை பணம்!! ஆனா எனக்கு ஒரு விடிவுகாலம் வரமாட்டேங்குது?!" என சலித்துக்கொண்டார் மாணிக்கம்.

“வயசான கிழவிக்கு அரசாங்கம் எதுக்கு இவ்வளவு பணம் கொடுக்கணும்?" சுபா கேட்க

"அது பத்தி தெரியலை மா" என்றார் மாணிக்கம்.

“எந்த ஊருல அண்ணா இது நடந்துச்சு?" சுபா ஆர்வத்துடன் கேட்டாள்.

"இப்போ ரெண்டு நாள் முன்னாடிதான்மா. குப்பேபாளையத்துல" என முடித்தார் மாணிக்கம்.

சில நொடிகள் சிலைபோல நின்ற சுபா "தேங்க்ஸ் ணா" என்று மீண்டும் அலுவலகத்துக்குள் வேகமாக சென்றாள்.

"ஏய் சுபா... டீ டி" என்றான் பாரதி.

"என்னது டி யா" என சட்டென்று திரும்பி பார்த்தல் சுபா.

"டீ னு சொன்னேன்" சமாளித்தான் பாரதி.

"சீக்கிரம் வா மாணிக்கம் அண்ணண் சொன்னதுதான் கவரேஜ்" சொல்லியவாறு எடிட்டர் ரூமிற்கு சென்றாள் சுபா. அவளை பின்தொடர்ந்து பாரதியும் சென்றான்.

எடிட்டர் சுரேஷிடம் தான் கவரேஜ் என்னவென்று சில நிமிடம் விளக்கினாள் சுபா, "சௌண்ட்ஸ் இன்டெரெஸ்ட்டிங். கவர் பண்ணுங்க, ஆனா ரெண்டே நாள்ல இந்த ஆர்டிகிள் என் டேபிளுக்கு வரணும்" என நிபந்தனையுடன் ஒப்புக்கொண்டார் எடிட்டர்.

வேகமாய் வெளியே வரும் போது பாரதி சொன்னான், "காத்துவாக்குல கேட்டதையே கவரேஜா மாத்திட்டயே... நீ ஒரு நல்ல ஜர்னலிஸ்டா வருவ"

"உடனே குப்பேபாளையம் போறோம்..." என தன் ஐடி கார்டு, கை பையை எல்லாவற்றையும் ஒன்று திரட்டினாள் சுபா.
"ஐ அம் ஆல்வேஸ் ரெடி" என பாரதியும் காமிராவை எடுத்துக்கொண்டான்.

குப்பேபாளையம் பயணப்பட்டார்கள் இருவரும். செல்லும் வழியில் பாரதி சுபாவை கேட்டான் "சுபா, உனக்கு அறுபது லட்ச கிடைச்சா என்ன பண்ணுவ?"
"டக்குனு ஒரு டிவி சேனல் ஆரம்பிச்சு, நச்சுனு நாலு நியூசா நானே சொல்லிட்டு இருப்பேன்" என்றாள் சுபா
"ஆமா நீ என்ன பண்ணுவ?" சுபா கேட்க "முதல்ல இந்த வேலைய ரிசைன் பண்ணுவேன். அப்புறம் ஒரு சார்ட் பிலிம் எடுப்பேன். மீதி பணத்தை பேங்க் ல டெபாசிட் பண்ணிடுவேன். ஓசில வர்ற காசு ரொம்ப முக்கியம்" என்றான், "தெளிவு" என்றாள் சுபா
குப்பேபாளையம் வந்து சேர்ந்தார்கள் இருவரும்.
மீண்டும் அதே டீ கடை, அதே கேள்வி " ஒரு டீ போடுங்கண்ணா... அண்ணா இங்க

காமாட்சிங்கிறது யாரு?" இம்முறை பாரதி கேட்டான் கடைக்காரரிடம்
சுடுதண்ணீரை பிடித்து கேள்வி கேட்டவனின் முகத்தில் ஊற்றவேண்டும் போல் கோபம் வந்தது கடைக்காரருக்கு, ஆனால் பொறுத்துக்கொண்டார்.
"அங்க கேளு" என்று கடைக்கு டீ குடிக்க வந்த மற்றொரு நபரை கைகாட்டிவிட்டு டீயை போட துவங்கினார், "இங்க என்ன காமாட்சி வீட்டுக்கு வழி சொல்லப்படும்னு போர்டா வெச்சிருக்கு" என முனங்கியபடி.
"பெரியவரே... உங்களுக்கு தெரியுமா?" பாரதி அருகிலிருந்தவரிடம் கேட்டான்.
அந்த பெரியவரும் வழிசொல்லவே, டீயை குடித்துவிட்டு சுபாவும் பாரதியும் காமாட்சியை பார்க்க சென்றார்கள்.
சில தினங்களுக்கு முன்பு அம்பு பாட்டியென்று மட்டுமே அறியப்பட்டவர், இப்போது காமாட்சி என்ற பெயரிலும் அடையாளம் காணப்பட்டார்.

அன்றைய தினம் கணியனும் காமாட்சியுடன் இருந்தான். பணம் வரப்போவது பற்றி கணியனுக்கு தகவல் அனுப்பி, அதை என்ன

செய்வது என முடிவெடுப்பதற்காக கணியனை அழைத்திருந்தார் காமாட்சி.

மற்ற யாரையும் போலவே, குடிசை வீட்டை எதிர்பார்க்கவில்லை சுபாவும், பாரதியும்.
அங்கே காமாட்சி பானை செய்து கொண்டிருந்தார், அருகில் சில குழந்தைகள் விளையாடி கொண்டிருந்தார்கள். உள்ளே கணியன் கயித்துக்கட்டிலில் படுத்திருந்தான்.
"இங்க காமாட்சிங்குறது யாருங்க..." காமாட்சியிடமே சென்று மெதுவாய் கேட்டாள் சுபா
"நான் தான் கண்ணு" என்றார்
அங்கே விளையாடி கொண்டிருந்த ஒரு சிறுமி "பாட்டி உன் பேரு அம்பு இல்லையா?" என கேட்டாள்.
"அதுவும்தானடி தங்க மயிலு" என ஆசையாய் பதிலளித்தார் காமாட்சி
கனிவோடு பேசும் காமாட்சியை சுபாவுக்கு பிடித்துப்போய்விட்டது. பாரதிக்கும் தான்.

தான் யார், வந்த காரணத்தை விளக்கினாள் சுபா.

"என்ன கண்ணு என் கதையை போய் பத்ரிக்கைல போடுறேனு சொல்லுற? நாட்டுல சொல்லவேண்டிய விஷயம் நிறைய இருக்கு அதை சொல்லு கண்ணு. இந்த கிழவியை பத்தி சொல்லி யாருக்கு என்ன பிரயோசனம்" என கேட்டார் காமாட்சி.
பாரதி சொன்னான், "என்ன பாட்டி, இந்த வெயில்ல ரொம்ப தூரம் வந்துருக்கோம். அதுக்காகவாவது சொல்லுங்களேன்"

தன்னை பார்ப்பதற்காக மட்டுமே, இத்தனை தூரம் வந்திருக்கும் இருவரையும் ஏமாற்றத்துடன் அனுப்ப மனமில்லை காமாட்சிக்கு. தன் கதை சொல்ல ஆரம்பித்தார் காமாட்சி.
அடுத்த அரை மணிநேரம், சுபா, பாரதி இருவரது கண்ணும் காமாட்சியை விட்டு நகரவில்லை.
மொத்தத்தையும் கூறிவிட்டு "இது தான் கண்ணு, நேத்து வரைக்குமான என் கதை" என்றார் காமாட்சி.

சுபாவின் கண்களில் ஒரு சிறு துளி கண்ணீர் எட்டிப்பார்க்கவே செய்தது.

சாதிவெறி என்ன செய்யக்கூடும் என்பதை கேட்ட பாரதிக்கோ வியர்வை எட்டிப்பார்த்தது. அதேநேரம் வீரவேலுவின் அர்ப்பணிப்பு, தனி ஒரு பெண்ணாக காமாட்சியின் போராட்டமும் பாரதியை வியக்கவைத்தது.

"உங்கள ஒன்னு கேட்கலாமா?" சுபா தயக்கத்துடன் கேட்டாள்.
"கேளு கண்ணு" என்றார் காமாட்சி.
"அந்த பணத்துல என்ன என்ன பண்ணுவீங்க? புது வீடு வாங்குவீங்களா, கார் வாங்குவீங்களா? என்ன யோசனை வெச்சிருக்கீங்க?" கேட்டாள் சுபா
"இரு கண்ணு. என் பேரன் சொல்லுவான்" என்றபடி உள்ளே சென்று கணியனை அழைத்து வந்தார் காமாட்சி.

கணியனை பார்த்து மீண்டும் அதே கேள்வியை கேட்டாள் சுபா.
"அப்படி எந்த யோசனையும் இல்லீங்க. ஒரே முடிவு தான், மொத்த பணத்தையும் ராணுவவீரர்கள் நல நிதிக்கு தர்றதா பாட்டி முடிவு பண்ணியிருக்காங்க" என்றான் கணியன்.

மிகுந்த ஆச்சர்யம் சுபாவுக்கும், பாரதிக்கும்.
சுபா எழுந்தேவிட்டாள், "என்னம்மா சொல்லறீங்க? அந்த பணத்துல உங்க கஷ்டத்தை போக்கிடலாமே" என்றாள்.
"கஷ்டமா? எனக்கா? அப்படி ஒன்னும் இல்லை கண்ணு. இந்த பணத்தை விட, வீரவேலுவோட மனைவின்னு என்னை அரசாங்கம் அங்கீகரிச்சது தான் எனக்கு பெரிய சந்தோசம்." பூரிப்புடன் சொன்னார் காமாட்சி
பாரதி குறுக்கிட்டான் "பாட்டி உங்களுக்கு வேணாம்னா பரவாயில்லை, உங்க பேரனுக்கு குடுத்திருக்கலாம்ல" என்றான்.
"என் பேரன் அவங்க தாத்தா மாதிரி, அவன் உழைப்பை மட்டும் தான் நம்புவான்" என பெருமையாக சொன்னார் காமாட்சி
நடு மண்டையில் குட்டு வைத்தாற்போல் இருந்தது பாரதிக்கு, ஆனால் பாட்டி சொன்னதில் உள்ள உண்மை பாரதிக்கு ஒரு தெளிவை ஏற்படுத்தியது.
"பாட்டி, உங்க கதை தான் இந்த உலகத்துக்கு சொல்லணும். யு ஆர் கிரேட்" என்றபடி எழுந்தாள் சுபா.
கைகளை தட்டியபடி "நிச்சயமா" என்றான் பாரதி.

"கண்ணுகளா சாப்பிட்டு போங்க" என்றார் காமாட்சி.
"உங்கள கதையே என் வயிர நெறைச்சிடுச்சு. நாங்க வர்றோம்" என சொல்லியவாறு நகர்ந்தனர் சுபாவும், பாரதியும்.
முகத்தில் புன்னகையுடன் நின்ற காமாட்சியை ஒரு புகைப்படம் எடுத்தான் பாரதி, தான் எடுத்த புகைப்படங்களில் மிக அழகான படம் அதுதான் என நினைத்துக்கொண்டான்.

அவர்கள் சென்ற பிறகு, கணியனிடம் கேட்டார் காமாட்சி "கண்ணு இந்த பணத்தை நன்கொடையா கொடுக்குறதுல உனக்கு சம்மதம் தானே?"
"என்ன பாட்டி கேக்குற!! நீ எடுத்த முடிவு ரொம்ப சரி, எனக்கு உன்னை நினைச்சா பெருமையா இருக்கு" என்றான் கணியன்
"நீ எனக்கு பெருமை தேடித்தரனும் கண்ணு" எனறார் காமாட்சி
சில நொடி காமாட்சியை பார்த்த கணியன் "பாட்டி, உனக்கு பெருமை சேத்துறது... கடவுளுக்கு வரம் கொடுக்குற மாதிரி" என சொல்லிவிட்டு வேலைக்கு கிளம்பினான் கணியன்.

சுபாவும், பாரதியும் நேரே வங்கிக்கு சென்றார்கள், மேலாளரை பார்த்து அறுபது லட்சம் பணம் பற்றி உறுதி செய்தார்கள். பின், அலுவலகம் புறப்பட்டார்கள்.

அன்று இரவே, அம்பு பாட்டியை பற்றிய கட்டுரையை எழுதினாள் சுபா. அதை முதல் செய்தி பத்திரிகையின் இரண்டாவது பக்கத்தில் வெளியிடவேண்டும் என்று நினைத்தாள்.

அடுத்த நாள் சுபா, பாரதி இருவரும் எடிட்டர் ரூமுக்கு சென்றார்கள்.
சுபா தனது கட்டுரையை எடிட்டரிடம் படிக்க கொடுத்தாள், இரண்டு நிமிடம் பார்த்த எடிட்டர் "இப்படியும் மனிதர்கள் இருக்காங்கனு நினைச்சா சந்தோசமா இருக்கு..."என்றார்.
சுபாவுக்கு பேரானந்தம் ஒரு நல்ல கவரேஜை கொண்டுவந்துவிட்டோமென்று.
எடிட்டர் தொடர்ந்தார் "பட் இந்த நியூஸ்ல சுவாரசியம் இல்ல!!!"
சுபா குறுக்கிட்டாள், "சார், இந்த நியூஸ் சொல்லப்படவேண்டிய ஒண்ணு. நம்ம பத்திரிகைக்கு நல்ல பெயர் கிடைக்கும்" என்றாள்

"பேர் வர்றது முக்கியம் இல்லை. பேப்பர் எவ்வளவு வித்துதுங்கிறதுதான் முக்கியம்" என்றார் எடிட்டர்.
பாரதிக்கு எடிட்டர் மீது பெரும் கோபம் வந்தது, ஆனால் சிரித்த முகத்துடனேயே நின்றான்.

சுபா சொன்னாள், "சார், இந்த கவரேஜை ரெண்டாவது பக்கத்துல போடணும்னு ரெக்வஸ்ட் பண்றேன்" என்றாள்.
"வாட்? செகண்ட் பேஜ்ஆ... என்னமா விளையாடுறியா? அஞ்சாவது பேஜ்ல எட்டு நியூஸ் ப்ளாக்ல ஒரு பிளாக் இந்த நியூஸ் போடலாம். அது மேல இந்த நியூஸ்ல எதுவும் இல்லை" என்றார் எடிட்டர்.

சுபா "சார், ப்ளீஸ்" என்றாள். ஆனால் எடிட்டர் செவி சாய்த்ததாக தெரியவில்லை.
"நான் சொல்லறதை கேளுங்க. இன்னிக்கு தேதிக்கு நம்பர் 1 ஹீரோ, ஜிகா ஸ்டார் கவுதம். அவர் கோயம்புத்தூர் வரார். அதை கவர் பண்ணுங்க, ஏதாவது அரசியல் மூவ் இருக்கான்னு பாருங்க. அந்த நியூஸ் எல்லாரும் விரும்புவாங்க. முடிஞ்சா எக்ஸ்க்ளுலுசிவா அவரு கிட்ட இன்டர்வியூ

ட்ரை பண்ணுங்க" என அழுத்தமாக சொல்லிவிட்டார் எடிட்டர்.

சுபாவுக்கும், பாரதிக்கும் ஏமாற்றமே!
"இங்க நேர்மையான நியூஸ்க்கு வேலை இல்ல!!" என ஆதங்கப்பட்டாள் சுபா.
"விடு சுபா. நான் இதை எதிர்பாத்தேன்" என்றான் பாரதி.
இருவரும் எடிட்டர் சொன்ன வேலையை செய்ய ஆயத்தமானார்கள்.

அடுத்த நாள் காலை, பிரபாகரன் தன் வீட்டின் போது அறையில் அமர்ந்து தொலைக்காட்சி பார்த்தபடியே செய்தித்தாளை வாசிக்க ஆரம்பித்தார்.

ஐந்தாவது பக்கத்தின் இறுதியில், காமாட்சி அம்மா பற்றிய செய்தி இருப்பதை அறிந்தார். அவருக்கு, பெரும் அதிர்ச்சியாகவும், அதே சமயம் ஆனந்தமாகவும் இருந்தது.
"வாட் அ லேடி!!!" என மெய்சிலிர்த்தபடி மீண்டும் செய்தியை படித்து பார்த்து ஆனந்தப்பட்டார் பிரபாகரன்.

"ஹெட் லைன்ஸ்ல வர வேண்டிய நியூஸ்..." என வருத்தப்பட்டார்.

அப்போது தொலைக்காட்சியில் "இந்த வருடத்திற்கான சிறந்த பெண்மணி விருது, நடிகை சப்னாவுக்கு வழங்கப்படுகிறது" என்ற செய்தி ஓடிக்கொண்டிருந்தது.

தொலைக்காட்சியை நிறுத்திவிட்டு, "வாழ்க பாரதம்" என சொன்னபடி நடை பயிற்சிக்கு தயாரானார் பிரபாகரன்.......

இவள் எய்துவது அன்பை
கார்த்திகேயன் தனபால்
உதவி - ஜோதிலட்சுமி

www.ingramcontent.com/pod-product-compliance
Lightning Source LLC
LaVergne TN
LVHW050914210926
848482LV00012B/429

* 9 7 9 8 8 8 5 6 9 4 4 2 1 *